TRÊN NHỮNG HẬN THÙ
KỊCH BẢN ĐIỆN ẢNH
Tác giả: Tiêu Dao Bảo Cự
Dàn trang: Nguyễn Thành
Bìa: Lê Hân & Nguyễn Thành
Tranh bìa: Khánh Trường
Nhân Ảnh xuất bản 2020
ISBN: 978-1989705759
Copyright © 2020 by TieuDaoBaoCu

TIÊU DAO BẢO CỰ

TRÊN NHỮNG HẬN THÙ

KỊCH BẢN ĐIỆN ẢNH

NHÂN ẢNH
2020

TƯ TƯỞNG

Truyện viết về nỗi đau sau chiến tranh, cụ thể là cuộc chiến ở Việt Nam 1954 -1975, có sự tham dự của người Mỹ. Câu chuyện bắt đầu với "vụ hiếp dâm" của một thanh niên lai Mỹ đen với một cô bé Việt 16 tuổi. Từ đó mở ra những vấn đề, cũng là những dấu hỏi lớn: Hận thù có mãi tiếp diễn sau cuộc chiến tranh? Người trí thức sống và nghĩ như thế nào trong bước đường cùng? Tình yêu và tin yêu có thể vượt qua hận thù, đố kỵ và chia xa? Phải chăng khi cuộc sống đầy dẫy hận thù và dối trá biết đâu mất trí lại là điều hạnh phúc?

LÝ LỊCH NHÂN VẬT

Các nhân vật không có tên riêng, chỉ là cách gọi.

NGƯỜI ĐÀN ÔNG: Khoảng 40 – 50 tuổi, gầy guộc, hom hem. Ông nguyên là giáo sư trung học dạy văn trước năm 1975. Sau ngày chiến thắng của Miền Bắc đối với Miền Nam, ông được lưu dung tiếp tục dạy học nhưng vì có tư tưởng phản kháng, ông bị đuổi việc. Ông đã làm nhiều nghề để kiếm sống và cuối cùng bán sách cũ bên lề đường. Ông rất khổ tâm khi sống trong một xã hội mà kiến thức, bằng cấp của ông không còn giá trị và trải qua cuộc sống cùng quẫn cả vật chất và tinh thần. Khi biết con gái bị thằng lai Mỹ đen hiếp dâm ông rất căm hận, bối rối và tìm cách giết nó nhưng cuối cùng đã bị tình yêu giữa con gái và thằng lai thuyết phục, không trả thù nữa. Sau khi thằng lai đi Mỹ 5 năm vẫn không trở về như lời hứa hẹn, ông già sợp đi, trở nên trầm cảm và thường xuyên mơ những giấc mơ hư ảo.

MẸ CÔ GÁI: Vợ người đàn ông, khoảng 40 – 50 tuổi, trước là nông dân trồng rau, sau khi lấy chồng chỉ ở nhà nuôi con và buôn bán vặt. Bà học vấn thấp, có tư tưởng cổ hủ nên rất đau đớn khi biết con bị thằng lai Mỹ đen hiếp dâm và cũng không muốn hai đứa lấy nhau vì sợ dư luận chê cười.

CÔ GÁI: Khoảng 16 tuổi, đang học cấp hai phải bỏ học ở nhà vì gia đình khó khăn. Cô khá xinh đẹp, ngây thơ nhưng có hiểu biết nhờ đọc sách rất nhiều vì trong nhà có tủ sách của bố là giáo sư văn chương. Mới đầu cô hoảng loạn khi bị thằng lai cưỡng hiếp nhưng sau đó bênh vực thằng lai vì cô đã quen biết và có cảm tình với nó từ trước. Cô lén lút gặp gỡ thằng lai thêm mấy lần và chấp nhận tình yêu của thằng lai, sống với nó một đêm trong hang đá và tin tưởng thằng lai đi Mỹ trở về sẽ cưới cô. Tuy nhiên 5 năm sau, cô chờ đợi mỏi mòn, thằng lai vẫn chưa trở về và trở nên mất trí.

THẰNG LAI: Khoảng trên dưới 20 tuổi, lai Mỹ đen, cao lớn, da đen vừa phải, tóc xoăn, khá đẹp trai. Tuổi thơ thằng lai, ngoại trừ tình yêu và sự che chở của người mẹ, nó sống trong hắt hủi, ghẻ lạnh và có mặc cảm bị bỏ rơi, khinh bỉ vì là con lai Mỹ trong một xã hội có thời gian xem Mỹ là kẻ thù. Tình cờ gặp và làm quen với cô gái ở nhà một mình, qua nhiều lần trò chuyện, nó yêu cô gái và trong một lúc không thể kềm chế, nó đã cưỡng hiếp cô. Sau đó nó hối hận, xin cô gái và bố mẹ cô tha thứ, hứa sau khi được đi Mỹ theo diện con lai, nó sẽ trở về cưới cô gái. Trong thời gian chuẩn bị làm thủ tục đi Mỹ, nó bị một công an thù ghét săn đuổi để bắt đưa ra pháp luật trừng trị. Tình yêu và sự chân thành của nó đã làm người công an động tâm tha cho trong một cuộc săn đuổi sinh tử giữa hai người. Hứa hẹn với cô gái nhưng 5 năm sau khi đi Mỹ nó vẫn không trở về, không hiểu vì lý do gì, dù nó đã nói như đinh đóng cột nó sẽ về trừ khi nó chết.

MẸ THẰNG LAI: Khoảng 40 – 50 tuổi. Có chồng chết vì nghiện rượu. Trong thời gian đi làm tạp vụ cho một trại lính Mỹ, bà quen với một người lính Mỹ da đen. Hai người sống chung một thời gian ngắn, bà có thai và người lính Mỹ bất ngờ bị chuyển đi nơi khác, mất liên lạc. Bà sinh con và ở vậy nuôi con cho đến khi khôn lớn, chịu bao điều tai tiếng nhục nhã. Khi chính phủ Mỹ có chính sách cho con lai và thân nhân được đi Mỹ, đang làm thủ tục thì xảy ra chuyện con trai bà hiếp dâm. Bà đau khổ và tốn nhiều tiền bạc để cứu con. Một người công an ăn hối lộ của bà để giúp mẹ con bà thoát tội nhưng một công an khác lại ra sức truy lùng thằng lai để trừng trị. Cuối cùng mẹ con bà cũng đi thoát nhưng để lại hệ lụy đau khổ cho gia đình cô bé người yêu của thằng lai.

NGƯỜI LÍNH MỸ: Khoảng 30 - 40 tuổi, da đen, cao lớn, hiền lành. Trong thời gian đóng quân ở ven một thị xã, anh yêu và sống chung với một phụ nữ địa phương làm tạp dịch trong doanh trại. Anh thực sự yêu thương bà, muốn sau này cưới bà nhưng chiến tranh đã làm hai người thất lạc nhau và anh đã để lại một đứa con rơi của mình mà có thể anh cũng chưa hề hay biết.

CÔNG AN A: Khoảng 30 – 40 tuổi, cao to, mặt bự, mắt hí, điển hình cho loại công an tha hóa. Lợi dụng việc thằng lai hiếp dâm, anh ta ra sức hù dọa bà mẹ để khảo vàng. Anh ta phải đối đầu với công an B thù ghét truy bắt thằng lai và một phần cũng nhờ sự che chở của anh ta mà mẹ con thằng lai thoát được đi Mỹ.

CÔNG AN B: Khoảng 30 – 40 tuổi, gầy, gương mặt lạnh lùng. Ngoài việc ở trong thế lực đối đầu với Mỹ trong cuộc chiến, anh còn mối thù riêng là cả gia đình bị một toán lính Mỹ tàn sát cùng với hơn 500 thường dân trong vụ Sơn Mỹ - Mỹ Lai năm 1968 làm chấn động cả nước Mỹ. Khi nghe tin thằng lai Mỹ đen phạm tội hiếp dâm, tuy không có nhiệm vụ trực tiếp, anh quyết tâm truy bắt thằng lai để trừng trị nó. Sau nhiều lần săn đuổi hụt, trong cuộc đuổi bắt sinh tử cuối cùng, anh nhận ra thằng lai quả có tình yêu với cô gái nên đã tha cho nó và cảm thấy lòng thanh thản.

ĐỨA BÉ TRAI: Khoảng 5 tuổi, con của thằng lai và cô gái, chỉ là hình ảnh trong mơ của người đàn ông bố cô gái.

TÓM LƯỢC NỘI DUNG

Một buổi chiều, một người đàn ông gầy gò đi làm về ngang qua nghĩa trang bỗng nghe có tiếng rên rỉ từ phía trong các ngôi mộ. Ông vào xem và hốt hoảng nhận ra đó là cô bé con gái ông đang nằm khóc tức tưởi bên một ngôi mộ lớn, quần áo bị xé rách, một vài nơi dính máu. Thoáng qua ông hiểu ngay con gái ông vừa bị cưỡng hiếp. Ông điên cuồng phóng ra con đường mòn để tìm thủ phạm và chợt thấy ở cuối con đường, một dáng hình cao lớn in lên nền trời rồi biến mất.

Sau khi bế con về nhà ở cuối nghĩa trang, hai vợ chồng ông chăm sóc cho con, cố gạn hỏi nhưng con không chịu nói. Hai ông bà hết sức đau khổ và bối rối trước tai họa mà con gái mới mười sáu tuổi của họ vừa trải qua. Sau mấy ngày vừa an ủi vừa tìm cách dọ hỏi, ông bà đoán ra kẻ đã cưỡng hiếp con gái họ chính là một thằng lai Mỹ đen ở xóm gần bên mà thỉnh thoảng họ cũng có gặp. Điều này càng làm họ kinh hoàng thêm.

Sau nhiều đắn đo suy tính, người đàn ông quyết định tìm đến nhà thằng lai để thương lượng giải quyết vì không muốn câu chuyện bị vỡ lở thương tổn đến con gái và cả gia đình. Nhà thằng lai chỉ có hai mẹ con, nó là kết quả của mối tình của mẹ với một người lính Mỹ năm xưa đóng quân ở ven thị xã và thất lạc vì chiến tranh. Thời gian này đang có chính sách của chính phủ Mỹ cho phép con lai Mỹ và người thân được nhập cư nên hai mẹ con đang làm thủ tục để đi Mỹ, một việc bất ngờ và may mắn giúp hai người thoát khỏi cảnh nghèo túng khổ sở lâu nay. Khi nghe người đàn ông nói về chuyện thằng lai hiếp dâm, bà chưa biết gì về việc này nên rất tức giận, đuổi ông ra khỏi nhà vì nghĩ có thể ông này muốn lợi dụng để làm tiền.

Khi thằng lai về nhà, bà mẹ gặng hỏi con và thằng lai xác nhận chuyện nó làm bậy với cô bé là có thật. Nó đã quen và yêu cô bé, bây giờ rất hối hận và muốn đi thú tội với bố mẹ cô bé để xin tha thứ và tìm cách giải quyết. Bà hoang mang sững sờ vì việc này có thể làm tan vỡ giấc mơ đi Mỹ. Trong khi đó người đàn ông bố cô bé vô cùng căm hận, ông tìm lại một con dao găm cũ đem mài thật sắc và quyết giết thằng lai để trả thù. Ông đến rình trên khúc quanh của con đường gần nhà thằng lai, khi nó xuất hiện ông nhảy lên đâm nó nhưng thằng lai nhanh hơn đã gạt được con dao, chỉ bị sây sát nhẹ. Nó nhận ra ông, quỳ xuống xin thú tội, thổ lộ tình yêu của nó với con gái ông, cầu xin ông tha thứ và tìm cách giải quyết thỏa đáng. Ông ngạc nhiên khi nghe nó nói và tạm chấp nhận, hẹn nó ngày mai hai mẹ con nó phải đến nhà ông để bàn bạc.

Câu chuyện thằng lai hiếp dâm tưởng là bí mật nhưng rồi không biết do đâu cũng lan ra. Có hai công an quan tâm đến chuyện này. Công an A phụ trách khu vực nhà mẹ con thằng lai nhân vụ này muốn lợi dụng bao che để khảo tiền hối lộ. Công an B không có trách nhiệm trực tiếp nhưng muốn truy bắt thằng lai đưa ra pháp luật trừng trị vì bản thân anh có mối thù riêng với người Mỹ và ác cảm với những gì liên quan đến Mỹ. Trong chiến tranh trước đây, cả gia đình anh đã bị một toán lính Mỹ tàn sát cùng với hơn 500 thường dân ở Mỹ Lai, Sơn Mỹ năm 1968.

Thằng lai bị đu vào một tình thế gay cấn, nó không thể đến nhà bố mẹ cô gái để xin lỗi và bàn bạc giải quyết vì nó phải đi trốn. Tuy vậy nó cũng tìm cách lén lút gặp lại cô bé. Hai đứa trò chuyện, thông cảm nhau và cô bé chính thức tiếp nhận tình yêu của thằng lai và tha thứ cho nó.

Công an B tiếp cận ông bố và cô bé nhưng không tìm được chứng cứ gì vì hai người không hợp tác. Anh nhiều lần phục kích gần nhà cô bé, không bắt được thằng lai nhưng lại thấy hình ảnh của hai kẻ yêu nhau khi thằng lai và cô bé gặp gỡ. Một lần khác anh đến nhà thằng lai, gặp nó mới về nhà nhưng cũng không bắt được vì công an A đang có mặt ở đó ngăn cản. Bà mẹ thằng lai tiếp tục bị công an A hù dọa khảo thêm vàng.

Họa vô đơn chí, ông bố và bà mẹ cô gái bị công an, thuế vụ mở chiến dịch dọn dẹp lòng lề đường tịch thu tất cả tài sản đang mua bán quăng lên xe đưa về đồn. Riêng ông bố chỉ nhặt được một cuốn Truyện Kiều còn rớt lại. Đau buồn và tuyệt vọng, ông cầm cuốn sách đi lang thang trên phố suốt ngày như người mất hồn. Buổi chiều ông ghé vào một quán nhậu kêu một lít rượu ngồi uống cho đến say mèm. Tình cờ công an A cũng ngồi nhậu trong quán đó, chủ động đến bắt chuyện với ông để khai thác thêm tình hình về chuyện con gái ông và thằng lai.

Nhận được tin báo thằng lai đang trốn ở xã bên cạnh, công an B lập tức đi truy đuổi. Một cuộc đua sinh tử diễn ra giữa hai người trên đồi trà. Thằng lai trẻ, khỏe và nhanh hơn chạy càng lúc càng xa. Công an B rút súng bắn dọa, thằng lai giật mình vấp ngã. Công an B đến bên nó và hai người tranh luận về chuyện thằng lai hiếp dâm. Thằng lai khẳng định nó thực sự yêu cô bé, cô cũng đáp lại và nó đi Mỹ một thời gian sẽ trở về để cưới cô bé. Công an B cảm nhận được tình cảm chân thực của thằng lai. Khi thằng lai vùng chạy, anh giơ súng lên nhắm bắn, tin chắc sẽ hạ được nó nhưng trong tích tắc cuối cùng trước khi đầu đạn nổ, anh đã hất mũi súng lên trời. Trong việc bắt thằng lai, công an B lại thất bại một lần nữa nhưng lần này anh cảm thấy nhẹ lòng chứ không cay đắng như những lần trước.

Thằng lai hẹn gặp cô bé lần cuối trên đồi cỏ trước khi đi Mỹ. Buổi chiều trời bỗng mưa cuồng gió giật. Lúc cô bé hoảng hốt chới với té ngã trong mưa gió, thằng lai đến kịp thời đưa cô vào trú trong hang đá mà nó đã tìm ra và lót chỗ trong núi. Hai đứa ở bên nhau suốt đêm, dâng hiến cho nhau đến tận cùng ở một nơi chốn chật hẹp, ướt át và tăm tối nhưng lại là thiên đàng hạnh phúc và bình an của một tình yêu ngang trái.

Đoạn kết câu chuyện là một bất ngờ. Năm năm sau khi ra đi, thằng lai trở về cưới cô bé, lúc này đã là một thiếu phụ xinh đẹp với đứa con trai 5 tuổi kháu khỉnh của hai người. Đám cưới đơn sơ được tổ chức ở căn nhà cũ sau nghĩa trang, có cả hai người công an liên quan ngày ấy tham dự theo lời mời của chú rể. Giữa đám cưới hai vợ chồng dắt con ra ngôi mộ định mệnh năm nào để ôn lại chuyện xưa và dự định ngày hôm sau sẽ đi thăm lại hang đá cũ, nơi đã khai sinh ra đứa con và cuộc sống hạnh phúc hiện nay của ba người. Tuy nhiên những hình ảnh trên chỉ là giấc mơ hư ảo được lặp đi lặp lại của người cha cô bé trong những ngày tháng suy sụp trầm cảm vì thực tế thằng lai vẫn không trở về, con gái ông đã trở nên mất trí và tiều tụy như một bà già.

Ông tự hỏi không biết ông và con ai đau khổ hơn. Phải chăng khi cuộc sống đầy dẫy hận thù và dối trá, biết đâu mất trí lại là điều hạnh phúc. Nhưng thật bất ngờ, một buổi hoàng hôn, khi hai cha con đang ngồi ủ rũ, bỗng thằng lai trở về, hình dáng đúng như trong giấc mơ của ông. Không ai còn biết đây là mơ hay thực. Hay hiện thực cuối cùng cũng chỉ là một giấc mơ hư ảo?

1. NGHĨA TRANG – NGOẠI – CHIỀU

Chiều muộn. Ráng chiều vàng vọt soi lên các bia mộ có các cây thánh giá.

Một người đàn ông gầy gò cúi đầu bước đi trên con đường nhỏ ngoằn ngoèo xuyên qua nghĩa trang.

Những ngôi mộ sang trọng, bề thế nằm xen kẽ với các mộ đơn sơ, có mộ chỉ là nấm đất méo mó sứt lở.

Vài cây nhang còn lấp lóe ngún khói làm cảnh nghĩa trang thêm âm u rùng rợn.

NGƯỜI ĐÀN ÔNG

(Lẩm bẩm)

Số phận nào đã đến với từng người? Và riêng mình chắc đã ra đời dưới một ngôi sao xấu.

2. LỚP HỌC – NỘI – SÁNG (HỒI TƯỞNG)

NGƯỜI ĐÀN ÔNG mặc sơ mi trắng, quần đen, đi giày bóng, là một giáo sư văn chương đang đứng trên bục giảng của một lớp học, bên dưới học sinh chăm chú nghe. Trên bảng có hàng phấn viết chữ:Truyện Kiều. *Bắt phong trần phải phong trần, Cho thanh cao mới được phần thanh cao.*

NGƯỜI ĐÀN ÔNG

Đây là định mệnh của kiếp người hay con người chỉ là

nạn nhân của xã hội, của một chế độ chính trị. Các em nhận định về điều này như thế nào?

3. MỘT GÓC PHỐ – NGOẠI – SÁNG (HỒI TƯỞNG)

NGƯỜI ĐÀN ÔNG mặc quần áo tồi tàn ngồi bán sách cũ bên lề đường. Ông ngồi trên một cái ghế nhựa nhỏ, trước mặt là một miếng ni lông, phía trên bày vài chục cuốn sách cũ. Một người đi đường dừng lại ngồi xuống cầm một cuốn lên xem.

NGƯỜI ĐÀN ÔNG

Cứ xem kỹ đi. Toàn sách giá trị. Sách này bây giờ phải ra đường mới có chứ trong hiệu sách không có đâu.

4. NGHĨA TRANG – NGOẠI – CHIỀU

NGƯỜI ĐÀN ÔNG chợt nghe có tiếng rên rỉ phía sau một ngôi mộ lớn cách đường không xa. Ông bước vào xem.

Một đứa con gái nhỏ đang nằm co quắp, quần áo bị xé rách toạc để lộ thân thể trắng nhờ nhờ với những vết cào xé và phần dưới bê bết máu. Nó co rút người ôm mặt khóc tức tưởi.

Ông đỡ đứa con gái lên, hỏi thảng thốt.

NGƯỜI ĐÀN ÔNG

Sao thế con? Chuyện gì thế con? Đứa nào làm gì con thế?

Con bé ôm chặt lấy bố, khóc nức lên không trả lời. Ông chợt hiểu tất cả.

NGƯỜI ĐÀN ÔNG

Đứa nào? Đứa nào? Tao giết mày!

5. NGHĨA TRANG – NGOẠI – CHIỀU

NGƯỜI ĐÀN ÔNG buông con ra và phóng chạy như điên ra đường tìm kiếm. Trời đã tối hẳn làm ông vấp ngã dúi dụi.

Chợt ông thấy trên nền trời thoi thóp phía xa hiện lên lờ mờ một bóng người cao lớn rồi biến mất.

Ông vấp một mô đất ngã vật xuống và tuyệt vọng bật khóc.

6. NGHĨA TRANG – NGOẠI – CHIỀU

NGƯỜI ĐÀN ÔNG gượng đứng lên mò mẫm trở lại ngôi mộ và thất thểu bế con về nhà. Đứa con gái mềm oặt trong tay ông, tóc rũ rượi theo từng bước chân tập tểnh xiêu vẹo của người cha đau khổ.

7. NHÀ CÔ GÁI – NỘI – ĐÊM

Căn nhà vách gỗ mái tôn nghèo nàn. Một ngọn đèn dầu tỏa ánh sáng leo lét. Phía trước trống trải chỉ có một bộ bàn ghế lỏng chỏng. Phía sau có hai phòng che bằng màn.

Sau khi được bố đưa về nhà, nằm trên giường trong một

phòng nhỏ và mẹ rửa ráy, thay quần áo, bôi thuốc các vết thương trên người, cô gái mới hơi hồi phục nhưng vẫn chưa chịu nói gì.

MẸ CÔ GÁI

(Vừa khóc vừa hỏi chồng)

Ông ơi. Con bị gì vậy ông?

NGƯỜI ĐÀN ÔNG

Con bị...con bị...

MẸ CÔ GÁI

Con bị gì vậy? Ông nói đi. Đứa nào làm?

(Trong đầu NGƯỜI ĐÀN ÔNG nổi lên hình ảnh một dáng người cao lêu nghêu in hình lên nền trời)

NGƯỜI ĐÀN ÔNG

Có thể nó là…...nó là...nhưng tôi không chắc…...

8. NHÀ CÔ GÁI – NỘI – ĐÊM – HỒI TƯỞNG

MẸ CÔ GÁI đi lui phía sau nhà. NGƯỜI ĐÀN ÔNG vẫn ngồi gục đầu im lặng bên giường con gái.

Ông nhớ lại hình ảnh mỗi ngày đi làm về, con gái chạy ra đón, ông hôn lên má con và nó nhanh nhẩu đi rót nước cho ông uống, lấy thau múc nước cho ông rửa mặt.

Ông mơ đến khi con gái lớn lên, đẹp như một bông hoa,

với chiếc áo dài trắng thanh khiết bước chân vào giảng đường đại học giữa bao nhiêu ánh mắt ngưỡng mộ của các chàng sinh viên.

9. NHÀ CÔ GÁI – NỘI – ĐÊM

CÔ GÁI tỉnh giấc cựa mình, mở mắt nhìn bố. NGƯỜI ĐÀN ÔNG vuốt tóc con nói nhẹ nhàng.

> NGƯỜI ĐÀN ÔNG
>
> Con nói cho bố nghe đi. Con đừng sợ. Có phải là... thằng lai Mỹ đen không?

CÔ GÁI mở lớn mắt nhìn ông, có vẻ ngạc nhiên, không xác nhận nhưng cũng không phủ nhận. Ông hiểu rằng ông đã đoán đúng. Khuôn mặt ông bỗng nhăn nhúm, lưng còng như muốn sụm xuống.

10. NGHĨA TRANG – NGOẠI – ĐÊM

Trong khi người đàn ông đang ngồi trong nhà đau khổ dằn vặt bên giường con gái thì THẰNG LAI MỸ ĐEN vẫn còn quanh quất trong khu nghĩa địa để theo dõi động tĩnh. Suốt đêm đó hắn lén lút lảng vảng chung quanh nhà cô gái rồi lại ra ngồi bên ngôi mộ lớn, chính nơi hắn đã ngồi trò chuyện với cô bé ban chiều.

11. ĐƯỜNG TRONG XÓM – NGOẠI – SÁNG – (HỒI TƯỞNG)

THẰNG LAI MỸ ĐEN lúc còn bé chơi chung với bọn trẻ, dù hắn to cao hơn, hắn bị bọn trẻ gọi là "đồ con hoang", "đồ Mỹ đen".

Hắn khóc lóc chạy vào mách mẹ và mẹ hắn chỉ có thể ôm con vào lòng vỗ về, ứa dài nước mắt.

12. NHÀ CÔ GÁI – NGOẠI - CHIỀU – (HỒI TƯỞNG)

THẰNG LAI MỸ ĐEN lần đầu gặp cô gái, làm quen, giúp cô khiêng bó củi nặng hay xách thùng nước khi cô làm việc. Dần dần hai đứa nói chuyện vui vẻ.

13. NGHĨA TRANG – NGOẠI – ĐÊM – (HỒI TƯỞNG)

Buổi chiều, THẰNG LAI MỸ ĐEN rủ cô gái ra chỗ ngôi mộ lớn nói chuyện. Cô bé vui vẻ đi theo hắn. Hai đứa ngồi tựa lưng vào ngôi mộ lớn có mái che mát mẻ trò chuyện.

Nhìn cô bé ngây thơ cầm một đóa hoa dại mầu vàng bé xíu ngắt từng cánh thả bay theo gió, hắn thấy nhói lòng. Hắn nói.

THẰNG LAI MỸ ĐEN

Anh sắp đi xa rồi.

CÔ GÁI

(Tròn mắt ngẩng nhìn hắn)

Đi đâu?

THẰNG LAI MỸ ĐEN

Đi xa lắm.

CÔ GÁI

Xa lắm là mấy cây số?

THẰNG LAI MỸ ĐEN

Mấy ngàn ngàn cây số.

CÔ GÁI

Ở đâu xa dữ vậy?

Hắn thấy cô bé khờ khạo quá. Hắn muốn thấy cô buồn khi nghe tin đó nhưng hình như cô bé vẫn vô tư. Hắn nói rõ hơn.

THẰNG LAI MỸ ĐEN

Anh sắp đi Mỹ. Anh được bảo lãnh theo diện con lai.

Lần đầu tiên hắn tự nói về mình là "con lai" và tự dưng thấy bối rối, sợ cô bé không hài lòng nhưng cô vẫn thản nhiên. Cô lại nhìn hắn.

CÔ GÁI

Ờ, anh là con lai mà. Con lai bây giờ được đi Mỹ hả?

THẰNG LAI MỸ ĐEN

Phải. Người ta đang làm thủ tục. Tháng sau anh sẽ đi.

Cả hai im lặng một lúc. Hắn nghe giọng mình vang lên như một tiếng buồn sâu lắng bay ra từ vùng nghĩa trang đã nhuốm ráng chiều vàng nhạt. Chợt hắn cầm lấy tay cô bé hỏi thảng thốt.

THẰNG LAI MỸ ĐEN

Anh đi rồi em có buồn không, có nhớ anh không?

Cô bé hơi giật mình không nói gì nhưng cũng không rút tay ra. Cô cảm thấy bàn tay nóng ấm mạnh mẽ của chàng thanh niên đang siết chặt tay mình.

Hắn ve vuốt bàn tay cô rồi cúi xuống thì thầm.

THẰNG LAI MỸ ĐEN

Anh đi một vài năm rồi nhất định sẽ trở về để cưới em. Em có hiểu không? Lúc đó em đã lớn rồi. Ở đây anh chỉ có mẹ và em là người thân thiết thôi.

Hắn nói một cách mạnh mẽ, quả quyết và trôi chảy như đã chuẩn bị từ lâu. Cô bé vẫn không nói gì, đầu cúi xuống.

Hắn bắt đầu vuốt ve rồi hôn lên má, lên cổ cô. Cô bé phản kháng một cách yếu ớt và thấy da thịt mình rờn rợn một cảm giác vừa dễ chịu vừa xấu hổ.

Sự đụng chạm với cô bé làm người hắn nóng lên, mất dần tự chủ. Hắn đè cô bé nằm xuống, hôn lên môi cô và tay cuống quýt trên cồn ngực non tơ vừa nẩy nở của cô bé đang nằm gọn dưới tấm thân lực lưỡng của mình.

Cô bé bắt đầu sợ, đẩy hắn ra và la lên. Hắn hoảng hốt bịt miệng cô và nói lắp bắp trong hơi thở gấp

THẰNG LAI MỸ ĐEN

Em đừng sợ... Đừng sợ... Anh... yêu em mà.

Rồi cơn ham muốn đàn ông trong người hắn bùng lên như lửa. Hắn đã làm tất cả một cách thô bạo để thỏa mãn cho đến khi cô bé rgất đi.

Bây giờ đến phiên hắn sợ hãi và hối hận. Hắn ôm cô bé lên vỗ về lay gọi cho đến khi cô tỉnh lại và bắt đầu khóc nức nở.

Hắn cuống quýt không biết làm gì và khi nghe tiếng chân của người đàn ông đi đến gần, hắn lặng lẽ chuồn đi như một con mèo trong bóng tối chập choạng.

14. NHÀ CÔ GÁI – NỘI – ĐÊM

Người đàn ông và vợ gần như suốt đêm không ngủ. Ông đau xót một cách im lặng nhưng vợ ông hết gào thét nguyền rủa đến khóc tức tưởi. Họ không sao chịu đựng nổi chuyện vừa xảy ra khi nhìn con gái thiêm thiếp trên giường trong ánh sáng vàng vọt của ngọn đèn dầu lắt lay.

Bên ngoài căn nhà âm u rách nát gió bỗng nổi rào rào gầm rú trên những tàng cây cao và tiếng một con cú nào vang lên sắc lạnh như đâm từng nhát vào màn đêm rùng rợn trên nghĩa trang.

15. **NHÀ CÔ GÁI – NGOẠI – NGÀY**

Buổi sáng, người đàn ông gọi vợ ra trước sân nói chuyện để con khỏi nghe thấy.

NGƯỜI ĐÀN ÔNG

Tôi đã hỏi con, tuy con không thừa nhận nhưng tôi đoán chắc đứa hại con mình chính là thằng lai Mỹ đen ở xóm bên.

MẸ CÔ GÁI

(Giật nẩy mình choáng váng muốn ngất, lắp bắp)

Sao? Sao? Thằng lai... Mỹ đen!

NGƯỜI ĐÀN ÔNG

Điều khó là mình không bắt được quả tang và con mình không chịu nói. Hi vọng sắp tới con bình tĩnh lại sẽ nói. Nhưng đây là một chuyện xấu hổ nhục nhã, mình có nên báo công an không? Báo công an thì coi như cả thị xã đều biết, mình và con còn dám nhìn ai. Vả lại, muốn có bằng chứng phải đưa con đi khám nghiệm…

MẸ CÔ GÁI

(Dẫy nẩy lên)

Đừng. Đừng. Tội nghiệp cho con lắm. Con đã khổ lắm rồi. Đừng làm khổ con nữa.

Khuôn mặt hom hem của ông sau một đêm mất ngủ và đau đớn choắt nhỏ lại, những nếp nhăn trên trán, trên má hằn sâu như những vết cắt, râu ria dài lởm chởm. Ông trầm ngâm hồi lâu rồi ngập ngừng.

NGƯỜI ĐÀN ÔNG

Nhưng không lẽ mình im lặng chịu thua để con thiệt thòi suốt cả đời. Hay là...hay là...mình đi tìm thằng đó để nói chuyện. Có thể mình buộc thằng đó phải cưới con bé. Có ổn không?

MẸ CÔ GÁI

(Lại dấy lên hốt hoảng)

Cưới à? Thằng lai Mỹ đen? Lấy thằng lai Mỹ đen ư? Mà con mới mười sáu tuổi. Làm sao được!

Càng bàn bạc, càng bế tắc, càng căm giận. Ông bỗng nổi khùng lên.

NGƯỜI ĐÀN ÔNG

Hay là để tôi đi giết nó. Tôi phải trả thù cho con, phải bắt nó trả giá đắt. Thằng tạp chủng khốn nạn.

MẸ CÔ GÁI

(Sợ hãi níu tay ông)

Đừng. Không được đâu. Giết nó ông sẽ mang tội phải đi tù. Mà ông làm sao giết nổi nó. Ông yếu ớt mà nó to khỏe như voi.

NGƯỜI ĐÀN ÔNG

(Nghiến răng, quắc mắt lên)

Sao lại không. Tôi không giết nó bằng tay thì bằng dao, bằng súng, bằng lựu đạn. Tôi sẽ có cách giết nó. Tôi sẽ giết được nó. Bà hiểu không?

16. NGHĨA TRANG – NGOẠI – CHIỀU

Người đàn ông chán nản bỏ đi ra ngoài và bước chân lơ đãng của ông bất ngờ lại dẫn ông về phía ngôi mộ nơi con ông đã chịu nạn. Ông ngồi xuống và ngạc nhiên thấy nơi đây không còn dấu vết gì.

Ong tự hỏi thầm: "Tại sao con bé lại bị cưỡng hiếp nơi này? Không lẽ thằng lai vào nhà bắt con bé đi? Hay con bé đã từng gần gũi với thằng lai? Có thể có chuyện này không? Con gái ta còn quá bé và ngây thơ, lẽ nào con có những thay đổi mà ta không nhận thấy? Ta phải đi gặp thằng lai hỏi cho ra lẽ trước khi có hành động gì khác."

17. NHÀ THẰNG LAI MỸ ĐEN – NGOẠI – CHIỀU

Rời ngôi mộ, người đàn ông đi tìm ngay thằng lai Mỹ đen. Ông không phải mất công nhiều lắm vì khi hỏi, nhiều người trong xóm kế bên biết nhà nó.

Nhà thằng lai ở cuối xóm. Một căn nhà tôn vách ván tuyềnh toàng không hơn nhà ông bao nhiêu, phía trước có một khoảng sân nhỏ và hàng dâm bụt bao quanh. Ông vào gõ cửa, một người đàn bà trung niên có vẻ đau yếu ra mở cửa. Ông hỏi ngay.

> NGƯỜI ĐÀN ÔNG
>
> Xin lỗi, có phải đây là nhà của thằng lai Mỹ đen không ạ?

MẸ THẰNG LAI

Phải.

NGƯỜI ĐÀN ÔNG

Nó có nhà không?

MẸ THẰNG LAI

Nó đi làm chưa về. Ông cần hỏi gì? Tôi là mẹ của cháu đây.

Người đàn ông phân vân một lúc rồi nói.

NGƯỜI ĐÀN ÔNG

Tôi có thể vào nhà nói chuyện với bà không?

MẸ THẰNG LAI

Được. Mời ông vào.

18. NHÀ THẰNG LAI – NỘI – CHIỀU

Mẹ thằng lai mời ông vào ngồi ở phòng khách, nơi chỉ có bộ bàn ghế cũ kỹ. Bà lịch sự mời ông uống nước với chiếc ly vàng bẩn.

Ông đắn đo một lúc, thấy rất khó mở lời nhưng cuối cùng quyết định thăm dò trước.

NGƯỜI ĐÀN ÔNG

Tối hôm qua cháu có về nhà và nói chuyện gì với bà không ạ?

Bà tỏ vẻ ngạc nhiên.

MẸ THẰNG LAI

Tối hôm qua cháu đi chơi ở lại nhà bạn đến sáng mới về. Cháu không nói chuyện gì đặc biệt.

Ông ngập ngừng định nói xa gần nhưng sự nung nấu trong ông đã làm ông không còn dè dặt.

NGƯỜI ĐÀN ÔNG

Tôi hơi đường đột nhưng xin phép hỏi bà. Bà nghĩ sao nếu con bà phạm tội cưỡng hiếp?

Bà kinh hoảng trố mắt nhìn người đàn ông gầy gò ngồi đối diện. Bà phản ứng ngay.

MẸ THẰNG LAI

Không. Không bao giờ. Con tôi ngoan lắm. Nó không bao giờ làm chuyện đó. Ông... Ông là ai mà vu khống con tôi? Ông muốn gì?

NGƯỜI ĐÀN ÔNG

Xin bà bình tĩnh. Tôi hiểu tâm trạng bà. Nhưng bà hãy lắng nghe tôi nói đây. Tôi ở xóm kế bên, nhà cuối nghĩa trang. Chiều tối hôm qua, con bà đã cưỡng hiếp con gái tôi, một con bé mới chỉ mười sáu tuổi. Hiện cháu vẫn còn nằm bất tỉnh ở nhà. Tôi còn đau khổ và bối rối gấp trăm lần bà. Bà đừng bênh con mình. Nó đã làm điều tồi bại và phải chịu trách nhiệm. Bà hiểu không?

Nghe người đàn ông nói một hơi, bà thoáng hoài nghi

nhưng bản năng của người mẹ làm bà lập tức bênh vực, bảo vệ cho con.

MẸ THẰNG LAI

> Ông nói thế ai mà tin được. Ông có bằng chứng gì không? Hay ông muốn lợi dụng con tôi. Con tôi sắp được bảo lãnh đi Mỹ rồi. Mấy tháng qua có bao nhiêu người đến đây cầu cạnh, bàn bạc chuyện này chuyện nọ, tôi còn lạ gì. Không được đâu ông ơi. Mẹ con tôi không để cho ai lợi dụng đâu. Bao nhiêu năm qua, mẹ con tôi khó khăn khổ sở không ai ngó ngàng tới, bây giờ thì khối kẻ mò đến âm mưu đủ thứ chuyện. Ông đừng vu oan giá họa cho con tôi. Tôi không tin đâu.

Người đàn ông cảm thấy bối rối và tức giận trước thái độ nghi kỵ và ác cảm của mẹ thằng lai. Ông cố kìm nén cảm xúc thuyết phục bà.

NGƯỜI ĐÀN ÔNG

> Trước đây tôi chưa hề biết con bà, lại không hề biết chuyện nó sắp đi Mỹ. Nhưng bây giờ nó đã làm chuyện đó và nó phải có trách nhiệm giải quyết. Là người mẹ, bà rất thương con và chắc bà cũng hiểu tôi thương con mình như thế nào, nhất là trong hoàn cảnh này. Tôi chưa đi báo với công an vì muốn gặp nó để nói cho ra lẽ. Nếu nó và cả bà nữa, tỏ ra vô trách nhiệm, tôi buộc lòng phải đưa vụ việc này ra pháp luật.

Nói tới đây, ông chợt thấy một khía cạnh mới của vấn đề và nhấn mạnh.

NGƯỜI ĐÀN ÔNG

Nếu vụ việc được đưa ra pháp luật, nó sẽ trở thành tội phạm. Bà nghĩ nó có thể đi Mỹ được không nếu bị truy tố ra tòa và lãnh án?

Đến lượt người đàn bà cảm thấy bối rối và hoảng sợ trước lý lẽ này của ông. Bà bỗng cảm thấy căm thù người đàn ông gầy gò có khuôn mặt nhăn nheo đau khổ đã mang đến tin dữ và những lời đe dọa này. Bà gần như la lên.

MẸ THẰNG LAI

Tôi không sợ ông đâu. Ông đừng dọa. Con tôi không phạm tội gì hết. Ông đi đi. Tôi không muốn nghe ông nữa. Đồ vu oan giá họa.

Cơn giận của bà như ngọn lửa đốt bùng lên cơn giận của ông đang cố kìm nén. Ông đứng dậy đỏ mặt lắp bắp.

NGƯỜI ĐÀN ÔNG

Bà... bà... có thái độ như vậy hả? Tôi sẽ cho thằng con bà biết tay. Thằng tạp chủng dâm đãng đó sẽ không thoát khỏi trừng phạt đâu. Bà hãy mở mắt ra chờ xem.

Người đàn bà thực sự gào lên, thở hổn hển.

MẸ THẰNG LAI

Ông dám dọa tôi hả? Ông cút đi. Tôi la làng bây giờ. Ông có cút đi không? Bớ người ta...

Người đàn ông vội vàng xô ghế đi như chạy ra khỏi nhà trong khi người đàn bà ôm mặt khuỵu xuống.

19. NHÀ THẰNG LAI MỸ ĐEN – NỘI – TỐI

Sau khi ông khách gầy gò giận dữ bỏ đi, mẹ thằng lai chỉ còn đủ sức lê vào giường nằm nghỉ. Bà miên man suy nghĩ và hồi tưởng lại quá khứ.

20. NHÀ THẰNG LAI – NỘI – TỐI – HỒI TƯỞNG

Hoạt cảnh người đàn bà sống chung với chồng cũ. Người chồng không ra gì, không có nghề nghiệp, lại cờ bạc rượu chè và hay đánh đập vợ.

Người chồng đó đột tử vì trúng gió trong cơn say rượu.

21. DOANH TRẠI LÍNH MỸ – NGOẠI – SÁNG – HỒI TƯỞNG

Một doanh trại lính Mỹ gần thị xã. Doanh trại nằm trên một ngọn đồi khô khốc với hàng rào kẽm gai bao quanh, một vài vọng gác, mấy dãy nhà tranh lợp tôn. Lính Mỹ mặc đồ rằn ri đi lại.

Mấy lính Mỹ cợt nhã một số phụ nữ Việt Nam làm công trong doanh trại.

Một số lính Mỹ ngồi đọc thư, xem ảnh gia đình và khóc.

Một người Mỹ đen to lớn, thô tháp, chú ý đến bà MẸ THẰNG LAI. Ông tặng bà ít đồ hộp, thuốc lá... Hai người chỉ trao đổi bằng cử chỉ.

22. NHÀ MẸ THẰNG LAI – NỘI –ĐÊM – HỒI TƯỞNG

NGƯỜI LÍNH MỸ ĐEN và MẸ THẰNG LAI ở chung trong nhà bà. Vài cảnh ân ái trên giường.

23. NHÀ MẸ THẰNG LAI – NGOẠI – ĐÊM – HỒI TƯỞNG

NGƯỜI LÍNH MỸ ĐEN và MẸ THẰNG LAI chia tay trước nhà. Ông ra đi và từ đó bà không còn biết tin tức.

24. NHÀ THẰNG LAI MỸ ĐEN – NỘI – NGÀY

BÀ MẸ đang nằm trằn trọc thì THẰNG LAI về, mặt mày thiểu não. Nó hốt hoảng khi thấy mẹ nằm co quắp, thở khò khè. Nó chạy lại bên giường hỏi.

> THẰNG LAI MỸ ĐEN
>
> Mẹ đau hả mẹ? Mẹ đau gì để con đi mua thuốc?

Bà gượng dậy bảo con ngồi bên cạnh, nhìn rất lâu vào mặt con, thấy mặt nó đượm buồn và có cái gì rất khổ sở dằn vặt. Bà chợt hiểu những điều người đàn ông gầy gò nói với bà không hề bịa đặt. Bà cảm thấy vừa bị đánh một đòn nặng. Bà ôm lấy đầu con nói lạc giọng.

> MẸ THẰNG LAI
>
> Tại sao con lại làm chuyện đó con? Con sắp được đổi đời nhưng bây giờ tất cả có thể sụp đổ hết. Con điên rồi hay sao!!!

Thằng lai ngước mắt nhìn mẹ.

THẰNG LAI MỸ ĐEN

Mẹ biết tất cả rồi à?

Bà gật đầu một cách đau khổ.

MẸ THẰNG LAI

Phải. Chính cha của con bé vừa đến đây gặp mẹ. Ông ta nói nếu con không có trách nhiệm giải quyết, ông sẽ đưa vụ việc ra pháp luật. Nhưng con hãy nói rõ cho mẹ biết, tự con làm hay đã bị cha con nó dụ dỗ?

Thằng lai cúi đầu nói như xưng tội.

THẰNG LAI MỸ ĐEN

Lỗi tại con mẹ ạ. Mẹ đừng nghĩ xấu cho họ. Cô bé còn rất ngây thơ. Con yêu cô ta và bố mẹ cô không hề hay biết gì cả. Con cũng không có ý xấu. Tại con quá yêu cô thôi. Con sẽ đi gặp họ để thú tội và xin lỗi.

Bà mẹ giữ chặt cánh tay con như sợ nó sẽ đi ngay.

MẸ THẰNG LAI

Không được đâu con ơi. Phải bàn tính xem sao đã. Con phải nhớ rằng nếu con nhận tội con sẽ không được đi Mỹ mà còn phải ngồi tù. Hay con chối phăng đi. Có ai bắt gặp hay có bằng chứng gì không?

Thằng lai ngạc nhiên vì nó chưa hề có ý nghĩ này.

THẰNG LAI MỸ ĐEN

Chối sao được mẹ. Chính con làm mà. Con yêu cô bé và con muốn sau này sẽ cưới cô làm vợ. Bố cô bé nói đúng. Con đã làm việc tồi bại và con phải chịu trách nhiệm việc mình làm.

Nghe con nói, bà mẹ thấy trong lòng mình nổi lên nhiều cảm xúc mâu thuẫn lẫn lộn. Cuối cùng bà an ủi con.

MẸ THẰNG LAI

Thôi con đừng dằn vặt nữa. Chuyện đâu còn đó. Nhưng con đừng đến tìm họ ngay. Để mẹ suy nghĩ thêm xem có tìm ra cách giải quyết nào tốt không.

25. LỀ ĐƯỜNG – NGOẠI – SÁNG

NGƯỜI ĐÀN ÔNG ngồi trải một tấm ni lông ra lề đường và bày vài chục cuốn sách cũ để bán như mọi khi nhưng tâm trí ông luôn sôi sục ý nghĩ trả thù thằng lai trộn lẫn với những nhục nhã, đau buồn trong quá khứ ông đã trải qua. Một vài người đến hỏi mua sách nhưng ông không trả lời nên họ bỏ đi.

26. NÔNG TRƯỜNG – NGOẠI – SÁNG – HỒI TƯỞNG

Người đàn ông đi làm công nhân nông trường, đang ra sức cuốc cỏ một cách chật vật vì sức yếu so với các công nhân khác, làm họ cười chế diễu.

27. GÓC PHỐ – NGOẠI – SÁNG – HỒI TƯỞNG

Người đàn ông ngồi bán vé số sau một chiếc giá nhỏ dựng bên lề đường, thất vọng nhìn người qua lại nhưng không ai mua.

28. NHÀ CÔ GÁI – NGOẠI – CHIỀU

Người đàn ông đem một lưỡi lê cũ ra mài trên cục đá để ngoài vườn. Đó là một loại lưỡi lê của quân đội, vừa có mũi nhọn, vừa có lưỡi sắc.

Tiếng dao cứa vào đá như cắt vào da thịt ông. Ông mài bằng tất cả sức lực, đau khổ và lòng thù hận của mình cho đến khi lưỡi thép lóe lên như một ánh chớp trong buổi chiều tà và đầu lê sắc nhọn như một mũi giáo.

Ông tưởng tượng dưới bàn tay gầy guộc của mình, lưỡi lê sắc ngọt này sẽ đâm suốt tim thằng lai man rợ.

29. NHÀ CÔ GÁI – NỘI – CHIỀU

Trời nhá nhem tối. Ông vào nhà nhìn con gái nằm thiêm thiếp, mặt nhợt nhạt mà muốn rơi nước mắt. Ông thì thầm với con.

> NGƯỜI ĐÀN ÔNG
>
> Con đừng đau buồn nữa. Bố sẽ trả thù cho con.

Ông lặng lẽ đi ra khỏi nhà.

30. NHÀ THẰNG LAI – NGOẠI – CHIỀU

NGƯỜI ĐÀN ÔNG đến gần nhà thằng lai và dừng lại quan sát. Khu này khá vắng vẻ, các nhà cách xa nhau vì đều có vườn rộng, con đường nhỏ có nhiều bụi cây lớn rất tiện lợi cho việc phục kích.

Ông dừng lại trước nhà thằng lai sau hàng dâm bụt, lắng tai nghe ngóng nhưng chỉ thấy yên ắng, thỉnh thoảng có tiếng ho của người đàn bà. Ông lặng lẽ núp vào một bụi cây chờ đợi.

Ông không phải chờ lâu. Có tiếng chân từ xa đi lại và một bóng người cao lênh khênh hiện lên trên khoảng trời nhá nhem tối, hoàn toàn giống với hình người ông đã thấy hôm trước khi tuyệt vọng chạy đi tìm đứa đã cưỡng hiếp con gái ông.

Hình bóng này gắn liền với hình ảnh con bé nằm co quắp run rẩy bên ngôi mộ. Sự thù hận lại bùng lên tiếp thêm sức mạnh, ông nhảy vọt ra thẳng cánh đâm một nhát hết sức lực vào ngực thằng lai khi nó vừa đi tới chỗ ngoặt.

Thằng lai nhanh hơn ông, phản ứng tự nhiên làm nó gạt được cánh tay ông nhưng lưỡi lê sắc ngọt sượt qua tay nó tóe máu.

Nó bóp chặt cổ tay ông, kéo lại gần, toan giáng cho ông một đấm. Hai người nhìn gần vào mặt nhau. Trong bóng tối nhập nhoạng nó đã nhận ra ông và hiểu ngay hoàn cảnh. Ông gào lên lạc giọng.

NGƯỜI ĐÀN ÔNG

Tao giết mày! Thằng lai dã man! Tao phải giết mày!

Thằng lai vẫn giữ chặt tay ông như một gọng kềm sắt nhưng mắt nó tỏ ra sợ hãi bối rối. Nó lắp bắp.

THẰNG LAI MỸ ĐEN

Cháu xin lỗi bác... Cháu không... cố ý làm bậy đâu... Cháu yêu con gái bác thật tình... Cháu định ngày mai... sẽ đến nhà gặp bác.

Nó đã trấn tĩnh, nhẹ nhàng buông tay ông ra. Ông ngạc nhiên, hầu như quên mất sự giận dữ, cũng nói lắp bắp.

NGƯỜI ĐÀN ÔNG

Mày... Mày... nói sao...? Mày yêu à?

Thằng lai cúi xuống để ngang tầm với ông vì ông thấp chưa tới vai nó. Nó nói với giọng khẩn cầu.

THẰNG LAI MỸ ĐEN

Phải. Cháu yêu con gái bác nhưng cháu đã làm điều dại dột. Cháu đã gây ra tội lỗi và cháu phải chịu trách nhiệm. Cháu không né tránh đâu. Chỉ mong bác tha thứ cho phần nào và tạo điều kiện cho cháu chuộc lỗi. Cháu cũng rất muốn đến thăm em nhưng còn sợ bác chưa cho phép. Thưa bác, em đã khá chưa ạ?

Nghe nó nói, ông như không tin ở tai mình. Khuôn mặt đen của nó trong bóng tối nhập nhoạng không có vẻ gì tàn bạo mà lại toát ra vẻ ăn năn thành khẩn. Nó gần như quỳ xuống để nói những điều trên. Nỗi căm hờn trong ông tan biến và ông trực nhận những điều nó nói không hề dối trá. Ông hỏi giọng chậm rãi.

NGƯỜI ĐÀN ÔNG

Vậy bây giờ mày tính sao?

Nó vẫn giữ tư thế gần như quỳ.

THẰNG LAI MỸ ĐEN

Cháu đã nói với em là sau khi đi Mỹ vài năm cháu sẽ trở lại để xin cưới em. Nhưng bây giờ xảy ra chuyện đó, cháu sẽ bàn với mẹ cháu và đến thưa chuyện với bác. Cháu sẽ không để em phải thiệt thòi và bác phiền lòng đâu.

NGƯỜI ĐÀN ÔNG

(Nhíu mày)

Nhưng mẹ mày nói với tao khác.

Nó cầm lấy tay ông.

THẰNG LAI MỸ ĐEN

Cháu biết. Đó là vì mẹ cháu chưa hiểu và thương cháu nên nói vậy thôi. Mẹ cháu không phải là người không biết điều. Cháu sẽ thuyết phục mẹ cháu.

Ông nhìn nó một lúc khi khuôn mặt nó nhòa dần trong bóng tối.

Ông cúi xuống nhặt lưỡi lê rơi dưới đất đang le lói ánh thép. Ông nói.

NGƯỜI ĐÀN ÔNG

Thôi được. Tao tạm tin mày. Mày về băng vết thương và bàn bạc với mẹ mày rồi ngày mai đúng 8 giờ, hai mẹ con mày đến nhà gặp tao. Mày nhớ đó. Đúng 8 giờ sáng mai. Mày nuốt lời thì dù không đưa ra pháp luật tao cũng tự tay xử mày. Lưỡi lê này không buông tha mày đâu.

Ông bỏ đi khi thằng lai chậm chạp lê bước về nhà.

31. NHÀ CÔ GÁI – NỘI – ĐÊM

Cô gái nằm thiêm thiếp trên giường. Bố cô đến bên thì thầm sẽ trả thù cho cô và đi ra. Cô đang thiếp ngủ và mơ hồ cảm thấy nhưng khi choàng dậy được thì bố đã đi rồi.

Cô cố gắng ngồi lên và lặng lẽ chắp tay cầu nguyện. Cô nói thầm.

CÔ GÁI

Cầu xin cho anh lai tránh được mọi tai họa và sẽ lại đến với em như đã từng đến với em những ngày tháng trước.

32. NHÀ CÔ GÁI – NGOẠI – NỘI- NGÀY – HỒI TƯỞNG

Cô gái tha thẩn trước sân nhà, đi ra đồng cỏ phía trước, hướng mắt nhìn về ngọn núi xa xa rồi quay về ngồi bên ngôi mộ lớn trong nghĩa trang.

Cô gái đứng trước kệ sách của bố, lấy xem hết cuốn này đến cuốn khác rồi cầm một cuốn ra ghế ngồi bên cửa sổ chăm chú đọc. (cuốn Hồn bướm mơ tiên của Khái Hưng)

33. NGHĨA TRANG – NGOẠI – CHIỀU – HỒI TƯỞNG

Trời nắng gió hiu hắt. Cô gái ngồi một mình bên ngôi mộ lớn có mái che. Cô thấy thằng lai từ ngoài đường đi vào, chậm chạp bước từ ngôi mộ này đến ngôi mộ khác, đứng lại thẫn thờ rồi bước tiếp. Bất ngờ thằng lai thấy cô ngồi một mình bên ngôi mộ. Hắn ngạc nhiên tròn mắt nhìn cô một lúc rồi hỏi.

THẰNG LAI

Sao em ngồi đây?

CÔ GÁI

(chỉ tay về phía ngôi nhà)

Nhà em ở gần đây mà.

THẰNG LAI

Sao em không đi học?

CÔ GÁI

Năm nay bố mẹ cho em nghỉ vì nhà không có tiền.

THẰNG LAI

Tội nghiệp em. Em còn nhỏ mà đã phải nghỉ học. Anh cũng nghỉ học mấy năm rồi để đi làm giúp mẹ. Nhưng anh lớn rồi. Em có buồn không?

CÔ GÁI

Dạ buồn chứ. Nhưng rồi cũng quen đi.

THẰNG LAI

Em hay ra ngồi đây chơi lắm hả?

CÔ GÁI

Thỉnh thoảng khi rảnh việc em ra đây.

THẰNG LAI

Em không sợ hả?

CÔ GÁI

Sợ gì?

THẰNG LAI

Sợ ma. Đây là nghĩa địa mà.

CÔ GÁI

Nhà em ở đây nên em quen rồi. Em có thấy ma bao giờ đâu.

THẰNG LAI

Vậy khi nào rảnh anh đến chơi với em nhé.

Cô gái nhìn thằng lai dò xét. Cô thấy hắn không có gì đáng sợ.

CÔ GÁI

Cũng được

THẰNG LAI

(mặt lộ vẻ vui mừng)

Vậy thì hay quá. Anh sẽ đến với em luôn.

34. NGHĨA TRANG – NGOẠI – CHIỀU – HỒI TƯỞNG

Cô gái ngồi bên ngôi mộ lớn. Thằng lai đến ngồi xuống bên một cách tự nhiên, quen thuộc.

CÔ GÁI

Hôm nay anh không đi làm à?

THẰNG LAI

Có đi làm nhưng anh nhớ em quá nên xin nghỉ sớm để đến gặp em. Em có nhớ anh không?

CÔ GÁI

(Nhìn thằng lai rồi cúi đầu xuống, lí nhí)

Em không biết nữa.

THẰNG LAI

Sao không biết? Anh thì nhớ em kinh khủng. Lúc nào cũng nghĩ đến em, cũng mong gặp em. Ngày nào anh cũng muốn gặp em. Gặp anh em có thích không?

Cô gái im lặng cúi mặt không nói gì. Thằng lai lấy tay nâng cầm cô lên, nhìn vào mắt cô

> THẰNG LAI
>
> Em nói đi. Em có nhớ anh không? Ngồi nói chuyện với anh em có thích không?

Cô gái khẽ gật đầu. Thằng lai sung sướng siết chặt vai cô.

> THẰNG LAI
>
> Vậy là được rồi. Có em ngồi bên anh không cần gì nữa cả.

35. NHÀ THẰNG LAI – NỘI – ĐÊM

Thằng lai vào nhà mới băng vết thương và nói chuyện với mẹ một lúc thì có người đến gõ cửa. Đó là công an A , phụ trách khu phố hai mẹ con ở.

A mặc đồng phục, trông rất oai phong. Bà mẹ mời A vào. Anh ngả người ra tựa ghế đón ly nước của bà mời rồi nhìn hết mẹ đến con đang ngồi trước mặt một cách chăm chú và xét nét bằng đôi mắt nhỏ nhưng sắc sảo. Bỗng A cười nửa miệng.

> CÔNG AN A
>
> Sao? Có chuyện gì mà hai mẹ con có vẻ lo lắng và mệt mỏi thế. Sắp được đi Mỹ phải phấn khởi chứ.

Bà mẹ cười gượng.

MẸ THẰNG LAI

Có gì đâu. Mấy hôm nay tôi mệt và muốn bệnh. Cứ đau ốm hoài chán quá.

A gật gù

CÔNG AN A

Phải. Thời tiết hơi khó chịu nhưng tâm bệnh mới đáng sợ, làm người ta suy sụp nhanh chóng. Đúng không bà? Bà muốn tôi chữa giúp không?

Bà thấy thái độ của A không báo hiệu điều gì tốt lành nhưng chưa rõ anh ta đã biết gì và muốn gì. Bà hơi bực.

MẸ THẰNG LAI

Anh mà chữa được cái gì.

A cười bí hiểm.

CÔNG AN A

Thế mà được đấy. Hơn nữa ngoài tôi ra không ai chữa được cho mẹ con bà đâu. Phải không cậu lai?

A quay qua thằng lai, nhíu mày nghiêm khắc.

CÔNG AN A

Thôi, tôi nói nghiêm chỉnh đây. Cậu lai à, cậu đã làm gì, hãy khai thật hết đi.

Thằng lai bối rối nhìn A rồi nhìn mẹ.

THẰNG LAI

Tôi ...tôi có làm gì đâu.

A dằn giọng.

CÔNG AN A

Không làm gì à. Không muốn người ta biết thì đừng có làm. Đã làm thì rồi ra ai cũng biết. Lại làm chuyện động trời còn giấu được ai.

Hai mẹ con đờ người khi nghe A nói. Bà mẹ cố chống chế.

MẸ THẰNG LAI

Anh nói sao chứ con tôi có làm gì bậy bạ đâu. Nó sắp được đi Mỹ rồi ngu gì làm bậy.

CÔNG AN A

Vậy mà có đó. Tôi nói thẳng cho hai mẹ con biết, công an ở khu phố bên kia bắt đầu điều tra và có thể sáng mai họ đến đây. Cậu lai sẽ bị bắt và bà chuẩn bị lo đưa cơm tù là vừa. Đừng nói chuyện đi Mỹ nữa.

MẸ THẰNG LAI

(Tái mặt)

Anh nói thật chứ? Sao họ làm nhanh thế? Mà có ai tố cáo gì đâu.

A ngạc nhiên và chợt hiểu ra.

CÔNG AN A

Sao bà biết không ai tố cáo? A, chắc bà đã thương lượng với người ta rồi phải không? Dù không ai tố cáo nhưng cậu lai đã phạm tội sẽ bị trừng trị. Luật pháp không dung tha đâu. Hiếp dâm trẻ vị thành niên là vài chục năm tù đó. Không ít đâu.

A im lặng một lúc lâu cho hai mẹ con ngấm đòn rồi nhẹ nhàng.

CÔNG AN A

Tôi biết hai mẹ con bà lâu nay làm ăn lương thiện và cậu lai cũng hiền lành. Bây giờ chuyện này xảy ra tôi có thể giúp nhưng cũng hơi khó vì liên quan đến nhiều người, tốn không ít tiền, lại phải có cách thích hợp.

Bà mẹ như vừa rớt xuống nước nắm vội lấy chiếc phao cứu sinh người ta vứt xuống. Bà nói hối hả.

MẸ THẰNG LAI

Anh giúp được à. Thế phải tốn bao nhiêu tiền? Tôi sẽ cố hết sức.

CÔNG AN A

Chuyện này rất khó. Có thể ba, bốn cây hay năm, bảy cây, hay hơn nữa, tôi chưa biết được. Còn tùy ở tình hình.

Bà mẹ có vẻ thất vọng.

MẸ THẰNG LAI

Nhiều thế làm sao tôi lo được.

CÔNG AN B

Đó là việc của bà. Nhưng mẹ con bà sắp đi Mỹ, thiếu gì người muốn giúp đỡ.

Bà mẹ ôm đầu khổ sở rồi quay sang con, khóc nức nở.

MẸ THẰNG LAI

Con làm mẹ khổ quá. Bây giờ biết tính sao đây.

Thằng lai sợ hãi nhìn mẹ. Nó cũng hốt hoảng vì không ngờ mọi chuyện lại xoay chuyển nhanh như thế. Nó bối rối không tìm ra được câu gì để an ủi mẹ.

A lạnh lùng đứng lên.

CÔNG AN A

Thôi, tôi về để hai mẹ con bàn tính định liệu. Nhưng hãy nhớ đây là chuyện tuyệt mật không được hé răng cho ai biết. Tôi vì muốn giúp hai mẹ con bà nên cũng liều, cấp trên biết là mất lon như chơi. Có điều là tôi khuyên cậu lai nên tạm lánh mặt đi một thời gian, ra khỏi thị xã càng tốt. Công an tóm được thì hết cách. Có thể ngay tối nay cậu phải đi rồi vì họ sẽ đến bất cứ lúc nào. Hiểu không? Ngày mai tôi sẽ trở lại gặp bà.

Hai mẹ con đờ người nhìn A đi ra. Một lúc sau bà mẹ mới sực tỉnh đứng lên vội đi ra đóng cửa.

36. **NHÀ CÔ GÁI – NỘI – SÁNG**

Buổi sáng, khi bố mẹ cô bé đi ra đi vào sốt ruột chờ mẹ

con thằng lai thì bất ngờ người đến lại là một công an. Đó là công an B.

B đưa mắt qua sát toàn cảnh căn nhà rách nát trước khi bước vào chào lớn tiếng lúc thấy hai vợ chồng chủ nhà đang ngồi giữa phòng.

CÔNG AN B

Chào ông bà. Ông bà hôm nay không đi làm à.

NGƯỜI ĐÀN ÔNG

Chào anh. Anh đến có việc gì không ạ?

CÔNG AN B

Tôi là công an phụ trách khu phố này. Tôi có việc đến hỏi thăm ông bà.

NGƯỜI ĐÀN ÔNG

Vậy mời anh vào.

Bố cô gái kéo chiếc ghế đẩu dưới gầm bàn xiêu vẹo ra.

NGƯỜI ĐÀN ÔNG

Anh ngồi tạm. Nhà cửa chúng tôi tuyềnh toàng lắm.

CÔNG AN B

Không sao. Tôi hiểu mà. Độ này ông bà làm ăn có đỡ không?

NGƯỜI ĐÀN ÔNG

Cũng vậy thôi. Tạm sống qua ngày.

CÔNG AN B

Hình như ông bà đang có chuyện buồn? Ông bà có vẻ lo lắng quá.

Bố mẹ cô bé đều giật mình. Ông cười gượng.

NGƯỜI ĐÀN ÔNG

Có gì đâu. Chúng tôi lúc nào cũng thế. Mua bán đâu có ra gì. Anh xem nhà cửa chúng tôi thì đủ hiểu.

B đưa mắt nhìn quanh tỏ vẻ thông cảm và chợt thấy có người động đậy trên giường ở góc nhà, khuất một nửa sau chiếc màn bẩn cũ. Anh nhìn chăm chú rồi quay lại ông.

CÔNG AN B

Nhà có cháu bị bệnh à?

Ông hơi tái mặt.

NGƯỜI ĐÀN ÔNG

Phải.

B định đứng lên.

CÔNG AN B

Để tôi xem có thể giúp gì không.

Ông vội giơ tay ngăn lại.

NGƯỜI ĐÀN ÔNG

Ô không. Không cần đâu. Cháu bị cảm xoàng thôi.

B nói nghiêm trang, giọng công vụ.

CÔNG AN B

Tôi có trách nhiệm đến trao đổi với ông bà một việc. Vừa rồi nhân dân ở đây đến báo với công an là có một vụ hiếp dâm xảy ra trên địa bàn này và nạn nhân là con gái ông bà. Đây là một hành vi phạm tội mà công an có trách nhiệm điều tra và giải quyết để bảo vệ an ninh trật tự cho dân. Xin ông bà cho biết rõ về chuyện này.

Người bố choáng váng khi nghe B đặt vấn đề. Ông đưa mắt nhìn vợ rồi trả lời dứt khoát.

NGƯỜI ĐÀN ÔNG

Tôi chưa nghe chuyện này. Con gái tôi đâu có bị gì. Chắc người ta nói lầm thôi.

B nhíu mày nhìn ông trước câu trả lời ngoài dự đoán.

CÔNG AN B

Tôi hiểu chuyện này rất khó nói. Ai cũng vậy. Những chuyện như thế không ai muốn nói công khai. Tuy nhiên ông bà nên suy nghĩ và quyết định đúng đắn. Đây là một tội phạm nghiêm trọng và con ông bà lại là người bị hại. Ông bà nên nói thật đị.

NGƯỜI ĐÀN ÔNG

Tôi đã nói không có mà. Tại sao tôi phải giấu chứ.

CÔNG AN B

Tôi rất thông cảm đây là việc đáng buồn có thể làm gia đình ta xấu hổ. Nhưng ông bà nghĩ xem, kẻ phạm tội phải bị trừng trị và con ông bà phải được đền bù. Tội gì mình chịu thiệt thòi trong khi kẻ xấu nhởn nhơ ngoài vòng pháp luật. Chúng ta không trừng trị, tội ác sẽ lan tràn.

NGƯỜI ĐÀN ÔNG

Tôi hiểu điều đó nhưng chuyện không có làm sao tôi nhận được.

CÔNG AN B

Ong bà thật vô lý. Tại sao lại bao che cho kẻ phạm tội. Dù thế nào con ông bà cũng đã mang tiếng rồi vì nhân dân chung quanh đây đang bàn tán xôn xao. Tôi biết ông là trí thức, cần phải xử sự hợp lý.

Nghe nói đến trí thức, cơn giận trong ông chợt bùng lên. Ông to tiếng.

NGƯỜI ĐÀN ÔNG

Trí thức mà làm gì. Trí thức cũng phải đi cuốc đất, đi bán sách cũ, đi làm thuê làm mướn thôi. Anh đừng gọi tôi là trí thức nữa.

CÔNG AN B

Đó lại là chuyện khác. Ở đây là vấn đề thi hành pháp luật, trừng trị kẻ phạm tội, giữ gìn an ninh trật tự, làm trong sạch địa bàn.

NGƯỜI ĐÀN ÔNG

Thôi ông đừng dạy đời tôi nữa. Biết bao nhiêu kẻ phạm

tội, tham ô hối lộ, ức hiếp quần chúng vẫn nhởn nhơ ra đấy có ai trừng trị đâu. Chỉ có dân đen chúng tôi là khổ.

Câu chuyện bất ngờ xoay qua một chiều hướng khác. B cũng cảm thấy tức giận.

CÔNG AN B

Ong ăn nói phải cẩn thận. Nhà nước không bao giờ dung tha kẻ xấu. Đã có bao nhiêu nghị quyết, chủ trương và các phiên tòa để giải quyết các tiêu cực xã hội. Chế độ nào cũng vậy, bên cạnh mặt tốt bao giờ cũng có mặt xấu, nhưng cần phải thấy đâu là hiện tượng, đâu là bản chất...

NGƯỜI ĐÀN ÔNG

Anh khỏi giảng nghị quyết. Tôi đã nghe quá nhiều luận điệu này. Vấn đề là thực tế cuộc sống, thực tế xã hội. Cái gì là hiện tượng, cái gì là bản chất? Đó chỉ là cách nói thôi. Nhiều hiện tượng trở thành bản chất. Có bản chất mới phát sinh hiện tượng. Nói kiểu đó không thuyết phục được người dân đâu.

B kinh ngạc trước phản ứng của ông và không chịu lép vế.

CÔNG AN B

Việc đó nếu cần, có thời gian ta sẽ tranh luận. Nhưng trở lại vấn đề, ông biết rõ đứa hiếp dâm là một thằng lai Mỹ đen, ông không thấy nhục nhã và căm thù hay sao. Trước đây, thằng Mỹ xâm lược nước ta, gây ra bao nhiêu tội ác, bây giờ tàn dư của nó vẫn còn tiếp tục phạm tội, phá hoại đất nước ta. Tôi nói thật cho ông biết, dù ông có bao che cho nó tôi cũng quyết tâm đưa vụ này ra ánh sáng để trừng trị kẻ phạm tội. Tôi không bao giờ tha cho nó đâu.

37. MỘT LÀNG QUÊ – NGOẠI – CHIỀU – HỒI TƯỞNG

Một toán lính Mỹ xả súng bắn vào dân thường, phần lớn là đàn bà, trẻ con trong một trận càn. Mấy căn nhà tranh bốc cháy, cành cây bị phạt đổ. Trên trời một chiếc trực thăng quần đảo.

Sau khi toán lính Mỹ rút đi, B mặc bộ đồ đen của du kích chạy vào làng tìm kiếm, lật mặt từng xác chết rồi ôm xác một em bé lên quỳ khóc nức nở

38. NHÀ CÔ GÁI – NỘI – SÁNG (TIẾP THEO)

Người đàn ông đỏ mặt.

NGƯỜI ĐÀN ÔNG

Chiến tranh nào mà không có tội ác và hai bên tham chiến bên nào cũng gây ra tội ác. Tôi nói thế không phải để bênh vực đế quốc Mỹ nhưng chúng ta cần công bằng khi phán xét lịch sử. Chúng ta cần đi tìm nguồn gốc thực của chiến tranh. Dĩ nhiên các nước đế quốc đều có tham vọng riêng của họ. Mỹ cũng vậy và Liên Xô trước đây cũng vậy. Cả Mỹ và Liên Xô đều chi viện cho cuộc chiến ở Việt Nam. Đó cũng là cuộc chiến của chính họ. Còn dân tộc Việt Nam đã tự phân ly, tự rước quân đội và vũ khí nước ngoài vào để tàn sát anh em mình. Dù đưa ra chiêu bài, lý tưởng gì, thực chất cũng thế mà thôi. Có thể anh cho tôi nói như thế là phản động nhưng tôi cứ nói vì theo tôi đây là sự thật.

Ngày trước chúng ta "đánh Mỹ cứu nước" nhưng bây giờ lại phải cầu cạnh, bình thường hóa quan hệ ngoại giao, thương mại với Mỹ. Có người còn nói bây giờ là "rước Mỹ cứu nước". Vậy thì sự hi sinh của dân tộc này có ý nghĩa gì...

B bối rối khi thấy ông hăng lên nói văng mạng, bất chấp anh đã mấy lần mở miệng định chen vào. Cuối cùng không kiên nhẫn được nữa, anh giơ tay to tiếng.

CÔNG AN B

Thôi, đừng lý luận nữa. Những chuyện to tát đó khi khác nói. Không phải tôi cho ông có lý đâu. Nhưng bây giờ chúng ta đang nói chuyện tội ác của thằng lai Mỹ đen hiếp dâm...

NGƯỜI ĐÀN ÔNG

Thằng lai Mỹ đen có hiếp dâm hay không tôi không biết nhưng nó lai không phải là một tội. Nó vô tội, lại càng đáng thương khi mang trong mình hai dòng máu và bị xã hội khinh khi, ghẻ lạnh. Tội ác là của chiến tranh. nó cũng chỉ là nạn nhân. Nó đâu muốn sinh ra trên đất nước này. Ác cảm với nó là không đúng. Hơn nữa, nó sinh ra chưa chắc đã từ tội ác.

B ngỡ ngàng trước thái độ của ông, anh cười nhạt.

CÔNG AN B

Tôi hiểu tại sao ông bênh vực cho thằng lai. Nó sắp được bảo lãnh đi Mỹ mà. Có phải nó đã hứa hẹn gì với ông để ông bao che cho nó và im lặng chấp nhận con gái bị thiệt thòi. Ông thật đáng thương.

NGƯỜI ĐÀN ÔNG

(trừng mắt)

Anh không được lăng nhục tôi. Anh đến điều tra cứ việc điều tra nhưng không cần dạy đời tôi. Nếu anh mạ lỵ tôi, tôi sẽ kiện anh. Công an cũng phải chấp hành pháp luật và tôn trọng người dân. Anh đã hỏi xong chưa? Tôi chẳng còn gì để nói nữa.

B miễn cưỡng đứng lên.

CÔNG AN B

Thôi được rồi. Hôm nay ông hơi nóng nên khó nói chuyện. Để hôm khác ông bình tĩnh hơn tôi sẽ trở lại. Ông yên chí tôi sẽ kiên quyết làm sáng tỏ vụ này.

B liếc nhìn người nằm sau chiếc màn trên giường bên góc trước khi bước ra khỏi căn nhà rách nát trống trơn.

39. NGHĨA TRANG – NGOẠI – ĐÊM

Thằng lai băng mình trong đêm tối. Nó đi nhanh như một con báo. Khuôn mặt đen và bộ quần áo sẫm màu của nó hòa lẫn trong bóng đêm.

Bước chân quen thuộc tự nhiên đưa nó đến nghĩa trang gần nhà cô bé và mò mẫm đến ngôi mộ lớn hai đứa vẫn ngồi trò chuyện. Nó ngồi rất lâu rồi mệt mỏi nằm xuống ngủ thiếp đi.

40. NGHĨA TRANG – NGOẠI – ĐÊM – GIẤC MƠ

Nửa khuya, vầng trăng khuyết lên muộn soi lờ mờ cảnh vật, thằng lai ngóng nhìn về phía nhà cô bé và chợt thấy một bóng trắng bé nhỏ chầm chậm đi ra. Bóng trắng từ từ đi về phía ngôi mộ và khi đến gần nó nhận ra chính là cô bé. Nó mừng rỡ gần như rú lên chạy vội ra đón. Cô bé ôm chầm lấy nó và nó siết cô vào lòng mạnh đến làm cô ngạt thở. Nó bế hẳn cô lên đưa cô về chỗ ngôi mộ.

Thằng lai ngồi xuống chỗ quen thuộc, vẫn giữ cô trong lòng như một em bé, cúi xuống khuôn mặt nhợt nhạt của cô thì thầm.

> THẰNG LAI
>
> Anh xin lỗi em. Anh xin lỗi em. Anh thật nghìn lần đáng trừng phạt.

Cô bé chớp mắt mỉm cười nhưng giọng yếu ớt.

> CÔ GÁI
>
> Em không giận anh nữa đâu. Em hiểu mà. Em không sao đâu. Rồi sẽ qua khỏi thôi.

Nó lại siết chặt cô như sợ cô biến đi.

THẰNG LAI

Thật hả em? Em không giận anh nữa à. Vậy mà anh lo quá. Em sợ anh sẽ không tha thứ cho anh và không muốn gặp anh nữa. Từ hai ngày nay anh rất lo và nhớ em khủng khiếp nhưng chưa dám đến tìm em.

Cô bé gỡ một bàn tay to lớn của nó ra, áp vào mặt mình, nói nhẹ như hơ thở.

CÔ GÁI

Em cũng nhớ anh lắm và cũng lo cho anh. Bố mẹ em rất tức giận chuyện vừa qua và sợ bố sẽ trả thù anh.

Thằng lai sung sướng lịm người khi cảm nhận khuôn mặt thơ ngây dịu dàng dưới bàn tay thô ráp của mình. Nó trấn an cô.

THẰNG LAI

Em đừng quá lo. Anh đã gặp bố em rồi. Bố em tuy ban đầu rất giận nhưng sau có vẻ thông cảm chuyện của mình và anh đã hứa sáng mai mẹ con anh sẽ đến gặp bố mẹ em nói chuyện. Hi vọng bố mẹ em sẽ tha thứ cho anh và để anh được chuộc lỗi.

Đôi mắt của cô bé sáng long lanh dưới ánh trăng mờ.

CÔ GÁI

Thật vậy hả? Thế thì mừng quá. Nhưng anh định chuộc lỗi cách nào?

THẰNG LAI

Anh chưa biết nữa. Còn tùy ở bố mẹ em và mẹ anh. Có thể anh xin cưới em ngay hoặc anh đi Mỹ vài năm, học thêm, tìm việc làm ổn định, khi có điều kiện sẽ về cưới em. Em thấy thế nào?

CÔ GÁI

Nhưng bây giờ em còn bé quá làm sao lấy anh được.

THẰNG LAI

Sao lại không. Chúng ta cần ở bên nhau mà. Em không muốn sao?

CÔ GÁI

(Lẩm bẩm như nói với chính mình)

Có. Có. Em muốn. Em muốn.

THẰNG LAI

(Ngẫm nghĩ một lúc)

Hay anh đừng đi Mỹ nữa. Anh ở lại để cưới em. Anh không cần gì đâu. Có em là đủ rồi.

Cô bé nhìn nó trìu mến.

CÔ GÁI

Nếu cần anh cứ đi. Em sẽ đợi anh. Em tin anh sẽ trở về. Anh sẽ trở về. Phải không?

THẰNG LAI

Phải. Phải. Anh nhất định sẽ trở về. Anh không bỏ em bơ vơ đâu.

Thằng lai cảm thấy hạnh phúc tràn ngập. Nó cúi xuống hôn lên môi cô bé. Cô đã biết hôn đáp trả. Nó mê man trong nụ hôn nồng cháy thật sự trong đời.

Cô bé chợt nhẹ nhàng đẩy nó ra và ngồi lên.

CÔ GÁI

Thôi mình đi chơi đi. Em muốn anh đưa em đi dạo trên đồi cỏ ngoài kia.

Nó tỉnh giấc mê đắm.

THẰNG LAI

Nếu em muốn anh sẽ đưa em đi. Anh sẵn sàng chìu em tất cả.

Nó đỡ cô đứng lên và dìu cô đi ra con đường nhỏ. Nó khoác vai cô và cô ôm ngang lưng nó nhẹ nhàng đi ra phía đồi cỏ sau nhà cô bé.

Đồi cỏ hoang lấp xấp vì đất xấu nhưng dưới ánh trăng mờ hiện ra như một thảo nguyên kỳ ảo. Phía xa là ngọn núi lớn đen sẫm trên nền trời. Hai người dìu nhau đi, thỉnh thoảng lại vấp vào một mô đất làm họ loạng choạng và ôm siết lấy nhau. Tiếng cười của cô bé vang lên ròn rã như đang vui thích trong một trò chơi trẻ thơ.

Chợt có tiếng hét chấn động phía sau.

Đứng lại! Thằng lai đứng lại! (off)

Hai người hốt hoảng quay nhìn. Ba bốn bóng người lố nhố từ đằng sau nhà cô bé phóng ra đuổi theo họ. Thằng lai nhìn thấy loáng thoáng mấy chiếc mũ công an. Nó cầm lấy tay cô kéo chạy.

THẰNG LAI

Chạy đi. Công an đang săn đuổi anh đó.

Hai người chạy băng băng xuống đồi cỏ về phía ngọn núi, suýt vấp ngã nhiều lần nhưng vẫn tiếp tục chạy. Những người đuổi theo phía sau vừa chạy vừa hô "đứng lại" vang rền. Chợt một tiếng nổ dội lên trong đêm vắng, rền vang như một tiếng sấm.

Cô bé hét lên rồi khuỵu xuống. Thằng lai vội vàng quay sang đỡ và thấy lưng cô loang máu. Nó hốt hoảng bế cô lên tiếp tục chạy, nói trong tiếng thở ngắt quãng.

THẰNG LAI

Em... Em... đừng chết. Anh sẽ... đưa em đi.

Nó cảm thấy máu của cô vẫn tiếp tục chảy, nóng ấm và loang đầy bàn tay nó đang siết chặt thân hình cô một cách tuyệt vọng.

Một tiếng súng nữa vang lên. Nó thấy lưng mình nhói buốt rồi lồng ngực như bị xé toang. Nó ngã sấp xuống, tay vẫn ôm chặt cô bé.

Hai người rơi lăn xuống một vực sâu ở cuối ngọn đồi. Nó chợt thấy mình nhẹ hẫng đi rồi đầu đập mạnh vào một vật cứng đau nhói. Cô bé rời khỏi tay nó văng ra xa.

41. NGHĨA TRANG – NGOẠI – ĐÊM

Thằng lai chợt tỉnh giấc. Mồ hôi toát ra như tắm. Nó ngơ ngác cố mở mắt nhìn quanh. Nó thấy mình đang nằm ngủ quên bên ngôi mộ, đầu tựa vào tấm mộ bia cấn vào thái dương đau nhói. Hoạt cảnh đẹp đẽ và kinh hoàng nó vừa trải qua chỉ là một giấc mơ.

42. NHÀ THẰNG LAI – NỘI – NGÀY

Công an A bước vào nhà không cần gõ cửa khi thấy mẹ thằng lai đang ngồi giữa nhà. Bà rầu rĩ và ho sù sụ, mắt thâm quầng.

A lớn tiếng chào và đưa mắt nhìn quanh.

CÔNG AN A

Chào bà. Bà khỏe không? Thằng lai đâu?

Bà trả lời không nhìn A.

MẸ THẰNG LAI

Nó đi rồi.

A tự nhiên kéo ghế ngồi.

CÔNG AN A

Sao? Mẹ con bà đã tính toán gì chưa?

Chợt bà chồm qua bàn, cầm lấy tay A, giọng khẩn cầu.

MẸ THẰNG LAI

Anh hãy cố giúp tôi đi. Tôi chỉ có một đứa con duy nhất. Tội nghiệp nó lắm. Nó không phải là đứa xấu đâu.

A vỗ nhẹ tay kia vào tay bà.

CÔNG AN A

Bà yên chí. Tôi đã hứa giúp mà. Tôi biết nó tuổi trẻ bồng bột thôi.

MẸ THẰNG LAI

(Thở dài)

Tôi và nó đã gặp bố con bé. Ông ấy cũng biết điều và thông cảm. Chắc ông ta sẽ không tố cáo gì đâu. Vả lại nó quen với con bé chứ đâu phải là người xa lạ. Nó còn yêu con bé nữa.

A sáng mắt trước những điều mới mẻ bà vừa nói

CÔNG AN A

Vậy hả? Vậy thì không đáng lo lắm. Nhưng vấn đề là phía công an. Nghe nói phường bên đó có một công an rất ghét thằng lai và quyết tâm trừng trị. Nếu sự việc được báo cáo lên cấp trên lại càng phiền phức.

MẸ THẰNG LAI

Anh đã hứa giúp tôi phải giúp cho đến nơi đến chốn. Tôi không quên ơn anh đâu.

CÔNG AN A

Tôi thì dễ rồi. Nhưng bà nhớ đâu phải chỉ mình tôi làm được. Bà quá hiểu phải lo cho những người khác và cả cấp trên nữa.

MẸ THẰNG LAI

Tôi sẽ cố hết sức nhưng anh cũng biết gia đình tôi khó khăn lắm.

CÔNG AN A

(Cười cười)

Lo gì. Bà sắp đi Mỹ mà. Được đi Mỹ bây giờ sướng như lên tiên rồi còn gì

MẸ THẰNG LAI

(Lẩm bẩm)

Số tôi là số khổ. Chắc phải khổ suốt đời.

A định nói gì thì chợt có người đi vào sân. Đó là công an B. B bước vào nhà. Hai người giơ tay chào nhau. B chào chủ nhà rồi quay qua hỏi A.

CÔNG AN B

Điều tra hả? Có manh mối gì không?

CÔNG AN A

A. Tôi đến chơi thôi.

CÔNG AN B

Tôi nói chuyện với bà chủ nhà chút được không?

CÔNG AN A

Được thôi. Anh cứ tự nhiên. Tôi nói chuyện xong rồi.

B kéo ghế ngồi và nói với bà mẹ.

CÔNG AN B

Tôi là công an ở phường kế bên. Tôi có trách nhiệm đến hỏi bà vài điều.

Bà ngước nhìn B, thấy anh khắc khổ và nghiêm nghị nên phát sợ. Bà ấp úng.

MẸ THẰNG LAI

Anh... Anh... muốn hỏi gì?

CÔNG AN B

Vừa rồi có một vụ hiếp dâm ở phường kế bên, thuộc địa bàn tôi phụ trách. Nhân dân đến báo với công an thủ phạm chính là thằng lai con bà. Thế con bà đâu rồi?

B vừa hỏi vừa quan sát khuôn mặt bối rối của bà mẹ.

MẸ THẰNG LAI

Nó đi làm rồi.

CÔNG AN B

Nó làm gì ở đâu? Chừng nào về?

MẸ THẰNG LAI

Tôi cũng không biết nữa. Nó đi theo bạn bè. Có khi vài ba ngày mới về.

CÔNG AN B

Con bà có nói gì với bà về chuyện hiếp dâm không?

MẸ THẰNG LAI

Làm gì có. Con tôi lâu nay hiền lành đâu làm gì bậy bạ. Anh đừng nói oan cho nó.

CÔNG AN B

(Nghiêm giọng)

Bà biết đó, tội hiếp dâm, nhất là hiếp dâm trẻ vị thành niên, là một tội nặng. Công an không bao giờ tha thứ và pháp luật sẽ trừng trị kẻ phạm tội. Tuy nhiên nếu kẻ phạm tội biết ăn năn, tự ra đầu thú thì sẽ được cứu xét giảm nhẹ. Chế độ ta đánh kẻ chạy đi chứ không bao giờ đánh người chạy lại. Nó tự thú có thể sẽ được khoan hồng. Nghe nói hai mẹ con bà sắp được bảo lãnh đi Mỹ, nếu chuyện này không được làm sáng tỏ và giải quyết, làm sao đi được. Bà thương con nên khuyên nó ra tự thú, trốn tránh chỉ làm hại cho nó thôi. Bà nghĩ sao?

Bà mẹ cố lấy bình tĩnh và làm ra vẻ tức giận.

MẸ THẰNG LAI

Anh nói gì vậy? Con tôi không có tội lại phải đi nhận tội là thế nào? Chúng tôi không sợ và con tôi chẳng cần trốn tránh đi đâu cả. Anh đừng dọa nạt vô ích.

A từ đầu lắng nghe hai người nói chuyện bây giờ xen vào.

CÔNG AN A

Anh B này, tôi cũng có nghe phong thanh vụ hiếp dâm bên phường anh nhưng chưa chắc đã liên quan đến thằng Lai. Tôi phụ trách địa bàn này, tôi biết rõ thằng Lai xưa nay hiền lành, chưa bao giờ làm gì sai quấy hay phá làng phá xóm, chỉ lo làm ăn nuôi mẹ. Anh nên điều tra kỹ để khỏi oan cho người vô tội.

B ngạc nhiên mở to mắt nhìn A.

CÔNG AN B

Anh mà cũng nói thế à? Anh muốn bênh vực cho nó hay sao? Bổn phận chúng ta là phải chấp hành luật pháp một cách nghiêm minh, không để oan cho người vô tội nhưng cũng không để lọt lưới kẻ phạm tội. Dù lâu nay nó thực sự hiền lành nhưng bây giờ phạm tội cũng phải chịu trừng phạt.

CÔNG AN A

(Cười khẩy)

Bộ anh tưởng tôi không biết chuyện đó à. Anh có bằng chứng gì không mà đến đây hạch hỏi người ta? Sao anh không thông qua và phối hợp với công an địa phương chúng tôi? Chúng tôi ở đây không có trách nhiệm và không biết làm việc hay sao?

B giật mình, không ngờ thái độ của A như thế. Anh nói.

CÔNG AN B

Tôi chỉ điều tra sơ bộ thôi. Dĩ nhiên chúng tôi sẽ phối hợp với các anh khi có manh mối cụ thể. Tôi tin là anh sẽ hợp tác với tôi để nhanh chóng phá án.

CÔNG AN A

(Nghiêm mặt)

Chúng ta chấp hành pháp luật nhưng không được lạm quyền sách nhiễu người dân. Trước khi có bằng chứng và tòa kết án, không thể coi ai là người có tội. Vả lại, mẹ con bà này sắp được bảo lãnh đi Mỹ theo chủ trương và thỏa thuận giữa hai quốc gia. Đây là việc lớn không thể tùy tiện gây khó khăn ảnh hưởng quan hệ ngoại giao hai nước. Anh cần thận trọng. Chuyện này không nhỏ đâu.

B bối rối phản ứng

CÔNG AN B

Sao anh nói như vậy. Tôi chỉ...

A mạnh mẽ cắt ngang.

CÔNG AN A

Hay anh có ý đồ gì khi đến đây sách nhiễu người ta. Anh nên nhớ tôi chứ không phải anh phụ trách địa bàn này.

B rất tức giận nhưng thấy tình thế bất lợi đành rút lui.

CÔNG AN B

Thôi được rồi. Tôi mà tìm ra bằng chứng thì đừng hòng thoát. Cả kẻ bao che cũng phải liên đới chịu trách nhiệm. Nhớ đấy.

B xô ghế bước nhanh ra khỏi nhà.

43. NHÀ CÔ GÁI – NGOẠI – CHIỀU TỐI

Thằng lai đi theo bìa rừng đến chân dãy núi gần nhà cô bé, đợi chập tối tìm cách vào gặp cô. Nó thu mình ngồi im lặng trong hốc đá như một con thú.

Trời chập choạng tối, nó nhẹ nhàng rời hốc núi đi nhanh về phía nhà cô bé.

Nó áp sát nhà nhìn vào khe hở. Bên trong cô bé đang lúi húi dọn dẹp gì đó. Nó gọi khẽ.

THẰNG LAI

Em à. Anh đây. Ra nói chuyện với anh đi.

Cô bé sững sờ lắng nghe. Cô đứng im một chút rồi lặng lẽ đi ra cửa vòng về phía sau. Thằng lai thấy cô bé mặt nhợt nhạt xanh xao. Nó cầm lấy tay cô dắt ra một gốc cây phía sau nhà. Cô lặng lẽ đi theo nó. Nó đỡ cô cùng ngồi xuống gốc cây. Cô cúi đầu không nói gì. Nó cầm chặt lấy tay cô, giọng khẩn khoản.

THẰNG LAI

Anh xin lỗi em. Anh đã làm điều không tốt và khó tha

thứ. Nhưng xin em hiểu cho là tại anh yêu em quá thôi.

Cô bé vẫn không nói gì. Nó thật sự sợ hãi.

THẰNG LAI

Anh thật đáng ghét. Chắc em và bố mẹ em không bao giờ tha thứ cho anh. Anh không biết làm sao để tạ lỗi. Em nghĩ gì, em muốn gì, xin em hãy nói ra đi. Em đừng im lặng như thế anh khổ và đau lòng lắm. Hay anh ra tự thú để bị trừng phạt tương xứng với điều xấu anh đã làm. Em có muốn vậy không? Em nói đi. Anh rất sẵn sàng.

Cô bé từ từ ngẩng lên nhìn nó, hơi mỉm cười.

CÔ GÁI

Anh đừng sợ. Em không giận anh nữa đâu. Em hiểu mà.

Giọng cô thật yếu ớt. Đây là lần đầu tiên cô mở miệng nói từ mấy ngày qua. Thằng lai cảm động đến run lên. Nó quàng tay siết chặt vai cô.

THẰNG LAI

Cám ơn em. Cám ơn em rất nhiều. Chỉ có em hiểu anh thôi. Em đã hiểu, anh không có gì phải lo lắng nữa. Bây giờ em có khỏe không?

CÔ GÁI

Em đỡ rồi. Em không sao đâu.

THẰNG LAI

Trời ơi! Em biết không. Tối hôm rồi anh ngủ quên bên ngôi mộ và mơ thấy gặp em. Em đã nói với anh mấy câu y như em vừa nói. Em nghĩ có kỳ diệu không. Nhưng mà sau đó anh và em bị công an rượt đuổi và em...em...

Nó không dám kể tiếp đoạn cuối của giấc mơ. Cô bé hỏi.

CÔ GÁI

Em làm sao?

THẰNG LAI

À, em...em tự dưng biến mất.

Nó nhanh trí nói khác đi. Nó không muốn làm cô buồn. Cô bé sực nhớ ra điều gì.

CÔ GÁI

Sao bây giờ anh mới đến kiếm em? Có phải anh bị công an tìm bắt không?

THẰNG LAI

Sao em biết?

CÔ GÁI

Vừa rồi em nằm trong giường nghe một người công an đến hỏi bố mẹ em và dọa sẽ bắt anh. Em rất lo cho anh.

THẰNG LAI

Đúng vậy. Anh đã nghe tin đó nên bây giờ anh phải tạm lẩn trốn. Đáng lý anh đã hứa với bố em là đưa mẹ em đến nhà anh nói chuyện nhưng chưa kịp làm thì đã phải chạy trốn. Nhờ em nói lại với bố mẹ chuyện đó, xin lỗi giúp anh và nói khi thuận tiện nhất định anh sẽ trở lại để gặp em và bố mẹ em. Em có tin anh không?

Cô bé nhìn đăm đăm vào mặt nó gần như đã nhòa lẫn vào bóng tối. Cô thì thầm.

CÔ GÁI

Em tin anh Em sẽ đợi anh.

"Trời ơi! Lại đúng như trong mơ". Nó kêu thầm và định cúi xuống hôn cô nhưng chợt có tiếng người trước nhà.

Con ơi, trời tối rồi sao không thắp đèn.

THẰNG LAI

Thôi anh đi. Lần khác anh sẽ trở lại. Hãy đợi anh.

Nó hôn phớt vào trán cô rồi biến nhanh ra phía đồi cỏ.

44. NHÀ CÔ GÁI – NGOẠI – ĐÊM

Công an B mặc áo khoác, đeo súng ngắn phục kích ở phía sau nhà cô gái 3 đêm liền, quần áo ướt đẫm sương, hi vọng sẽ thấy thằng lai xuất hiện nhưng không thấy. Ba lần trăng lên rồi lặn, công an B bồn chồn chờ đợi nhưng không mất kiên nhẫn. Anh tưởng tượng đến hình ảnh thằng lai cao lêu nghêu và bỗng dưng thấy sự căm thù người Mỹ lại dậy lên.

45. KHU TƯỞNG NIỆM MỸ LAI – NGOẠI – NGÀY – HỒI TƯỞNG

Công an B đứng nhìn một vài người Mỹ, nguyên là cựu quân nhân trong chiến tranh Việt Nam, đến viếng và thắp nhang trước bàn thờ những người dân thường đã bị tàn sát trong chiến tranh trước đây.

Anh đi đến đường hào tượng trưng ở một phía của khu tưởng niệm và lại nhớ đến hình ảnh mẹ, em và bà con mình bị giết chết ngày nào, nét mặt đau khổ và căm phẫn.

46. NHÀ CÔ GÁI – NỘI – ĐÊM

Người đàn ông vào nhà thắp đèn mới thấy con gái ông từ phía sau nhà đi vào. Ông ngạc nhiên.

> NGƯỜI ĐÀN ÔNG
>
> Con đi đâu vậy?
>
> CÔ GÁI
>
> Con đi ra ngoài cho thoáng.

Người bố lấy ghế rồi gọi con gái ra ngoài trước hàng hiên nói chuyện. Cô bé còn rất yếu nhưng mặt đã có vẻ tươi tỉnh dù nhợt nhạt. Vầng trăng mới lên soi sáng lờ mờ khoảng sân trước hiên nhà. Ông hỏi dịu dàng.

NGƯỜI ĐÀN ÔNG

Con đã thấy khỏe chưa?

CÔ GÁI

Con đỡ rồi bố ạ.

NGƯỜI ĐÀN ÔNG

Con có trách bố mẹ không?

CÔ GÁI

Bố đừng buồn nữa. Đâu phải lỗi tại bố.

Ông ôm sát đầu con vào vai mình.

NGƯỜI ĐÀN ÔNG

Con ngoan lắm. Con làm như kẻ cần an ủi không phải là con mà là bố. Bố mẹ thương con quá nhưng không biết làm gì hơn.

Cô bé dụi đầu vào ngực bố.

CÔ GÁI

Con biết mà. Con không bao giờ buồn bố mẹ đâu.

Ông vuốt mái tóc con. Chợt cô bé ngẩng lên nhìn ông.

CÔ GÁI

Bố này. Anh lai nói xin lỗi bố mẹ đó.

NGƯỜI ĐÀN ÔNG

(Sửng sốt)

Sao? Nó đến đây à?

CÔ GÁI

Phải. Anh ấy vừa gặp con ban nãy. Anh ấy nói đã hứa đến gặp bố mẹ nhưng rồi không đến được vì bị công an truy đuổi. Thế nào anh ấy cũng trở lại khi thuận tiện.

Ông nhìn con dò hỏi.

NGƯỜI ĐÀN ÔNG

Con không oán nó sao?

Cô bé nhẹ nhàng lắc đầu.

CÔ GÁI

Không. Anh lai không xấu đâu. Anh yêu con và đã biết lỗi rồi.

NGƯỜI ĐÀN ÔNG

Thế con đối với nó thế nào?

CÔ GÁI

(Ấp úng)

Con... con cũng... mến... anh ấy lắm.

Ông mở mắt thật lớn nhìn con gái đang ngồi bên cạnh. Cô bé cúi đầu, mái tóc đen dài óng ả che khuất khuôn mặt thơ ngây. Ông hỏi một cách tò mò.

NGƯỜI ĐÀN ÔNG

Con quen nó lâu chưa?

CÔ GÁI

Chắc hơn ba tháng rồi

NGƯỜI ĐÀN ÔNG

Tụi con gặp nhau nói chuyện gì?

CÔ GÁI

Nói chuyện chơi linh tinh thôi.

NGƯỜI ĐÀN ÔNG

Nó vào nhà hay gặp con ở đâu?

CÔ GÁI

Tụi con đi dạo đồi cỏ sau nhà hay ngồi ở ngôi mộ lớn trong nghĩa trang.

NGƯỜI ĐÀN ÔNG

Thế nó có ép buộc gì con không?

CÔ GÁI

Không. Làm gì có.

NGƯỜI ĐÀN ÔNG

Nó có nói với con chuyện nó sắp được bảo lãnh đi Mỹ không?

CÔ GÁI

Có. Anh nói đi vài năm để học thêm và tìm việc làm rồi sẽ trở về xin cưới con khi con lớn.

NGƯỜI ĐÀN ÔNG

Con có tin nó không?

CÔ GÁI

Có. Con tin anh ấy không bao giờ nói dối con và con sẽ đợi anh ấy.

Ông ngạc nhiên nghe cô bé khẳng định một cách tự nhiên và mạnh mẽ. Ông nhìn con thật lâu rồi ôm vào lòng vỗ về.

NGƯỜI ĐÀN ÔNG

Tội nghiệp con tôi. Bố mong con sẽ gặp điều tốt lành và không khổ như đời bố mẹ.

47. NHÀ THẰNG LAI – NỘI – NGÀY

Công an A lại đến tìm bà mẹ thằng lai. Anh ta vẫn quen lớn tiếng từ ngoài sân.

CÔNG AN A

Bà chủ có nhà không? Sao ban ngày mà đóng cửa tối om vậy?

Bà ra mở cửa cho A và im lặng gật đầu chào. Hai người vào ghế ngồi. A nói nhỏ giọng ra vẻ bí mật và nghiêm trọng.

CÔNG AN A

Tôi báo cho bà hay, công an phường bên đã có kế hoạch truy bắt thằng lai và đang tiến hành khẩn trương, nhất là anh công an B hôm trước tới đây. Anh ta thề quyết sẽ tóm được thằng lai bằng bất cứ giá nào. Tôi nghe nói anh ta còn nhờ công an các xã lân cận tìm bắt giúp nên tình hình khá gay go. A, thằng lai mấy hôm nay có về hay nhắn tin tức gì không?

Bà mẹ lo lắng ra mặt. Bà thở dài.

MẸ THẰNG LAI

Nó không về và cũng chẳng nhắn nhe gì hết. Tôi lo quá.

CÔNG AN A

Công an phường bên còn yêu cầu công an phường này chính thức phối hợp điều tra nhưng tôi đã ngăn cản được. Tôi nói tôi chịu trách nhiệm địa bàn này và thằng lai chưa hề có dấu hiệu phạm tội. Tuy nhiên tôi cũng không thể bao che được lâu.

Bà mẹ thằng lai hốt hoảng lắp bắp

MẸ THẰNG LAI

Vậy... vậy... bây giờ... phải làm thế nào?

CÔNG AN A

Làm thế nào à. Trước hết là phải làm "thủ tục đầu tiên". Bà không biết sao?

A cười ý nhị và có vẻ giễu cợt trong khi bà thành thật hỏi.

MẸ THẰNG LAI

Thủ tục đầu tiên là gì?

CÔNG AN A

"Đầu tiên" là "tiền đâu". Bà không biết sao. Bà cũng ngây thơ thật.

A cười lớn. Bà ngớ ra rồi hỏi nghiêm túc.

MẸ THẰNG LAI

Vậy tôi phải chi bao nhiêu?

CÔNG AN B

Trước mắt ba cây đã. Rồi từ từ tính tiếp. Tới đâu lo tới đó.

MẸ THẰNG LAI

Tôi đưa ngay cho anh bây giờ hay sao?

CÔNG AN B

Phải. Xe bắt đầu chạy rồi. Không có xăng nhớt xe làm sao chạy được.

MẸ THẰNG LAI

(Thiểu não)

Anh đợi tôi chút nhé.

Bà đứng lên đi vào phòng ngủ trong khi A đi ra ngõ nhìn ngó dáo dác rồi quay vào khép hờ cửa. Lát sau bà mẹ từ phòng ngủ đi ra đặt lên bàn ba lượng vàng gói trong giấy ni lông cẩn thận. Bà có vẻ ngần ngại rồi ấp úng.

MẸ THẰNG LAI

Anh nhận có làm giấy tờ gì không?

CÔNG AN A

(Nhíu mày)

Giấy tờ gì. Bà không tin tôi thì thôi. Tôi đổ xăng làm gì có giấy tờ.

MẸ THẰNG LAI

(Rầu rĩ)

Thôi tôi tin anh vậy chứ biết sao. Nhưng anh phải giữ lời hứa giúp con tôi thoát khỏi nạn này. Nếu nó thực sự qua khỏi, dù có tốn kém tôi cũng không tiếc.

Bà nói thế nhưng khi nhìn A cầm ba cây vàng bỏ gọn vào túi, bà thấy tim mình nhói lên. A làm ra vẻ ái ngại.

CÔNG AN A

Đành phải vậy thôi bà ạ. Tôi nhất định sẽ giúp được bà. Mẹ con bà đi Mỹ được còn lo gì.

A chào bà bước ra khi bà đứng ngẩn ngơ giữa phòng vì lo sợ và tiếc của

48. NHÀ CÔ GÁI – NỘI – TRƯA

Buổi trưa, công an B đột nhập vào lúc bố mẹ cô bé vắng nhà. Anh bước vào cửa lên tiếng.

CÔNG AN B

Chào cháu. Cháu cho chú hỏi thăm chút.

Cô bé giật mình nhìn ra. Cô lùi lại một bước như thủ thế và sẵng giọng.

CÔ GÁI

Chú muốn gì?

CÔNG AN B

Chú hỏi thăm chút chuyện thôi.

CÔ GÁI

Cháu không biết gì cả. Bố mẹ cháu đi vắng rồi. Chú đợi bố mẹ cháu về hãy hỏi.

CÔNG AN B

Chú chỉ muốn hỏi cháu thôi. Không có gì quan trọng đâu. Cháu đứng sợ.

CÔ GÁI

Cháu không sợ gì cả.

CÔNG AN B

Vậy thì tốt. Chú chỉ muốn giúp cháu chứ không có ý gì xấu đâu.

Anh bước vào nhà, tự động kéo chiếc ghế nhỏ ra ngồi.

CÔNG AN B

Cháu ngồi xuống đi.

Cô bé vẫn đứng nhìn anh trân trân. Anh cố cười thân thiện.

CÔNG AN B

Cháu làm gì căng thẳng vậy. Chú hỏi chuyện chứ có làm gì hại cháu đâu. Sao, cháu hết bịnh chưa?

Cô bé không trả lời. Anh cố nói nhẹ nhàng.

CÔNG AN B

Chú biết cháu vừa trải qua cơn hoảng sợ. Cháu chắc buồn lắm nhưng rồi cũng qua thôi. Có điều cháu không nên chịu thiệt thòi. Cháu còn bé nhưng chắc cũng hiểu điều chú nói.

CÔ GÁI

Cháu không hiểu gì cả.

CÔNG AN B

Cháu có ghét nó không?

CÔ GÁI

Ghét ai?

CÔNG AN B

Thằng lai. Thằng đã làm hại cháu đó.

CÔ GÁI

Anh lai không làm gì hại cháu cả.

Người công an sáng mắt lên. Thế là con bé đã gián tiếp thừa nhận chuyện liên quan đến thằng lai. Anh hỏi tiếp một cách thận trọng.

CÔNG AN B

Thế anh lai tốt với cháu lắm hả?

CÔ GÁI

Phải.

CÔNG AN B

Anh lai có hay lui tới đây không?

Cô bé giật mình cảnh giác trước câu hỏi này. Cô không trả lời vì đã hiểu mục đích chính của người công an. Công an B nói giọng giảng giải.

CÔNG AN B

Cháu biết không, tình hình bây giờ có nhiều kẻ xấu, nhất là bọn thanh niên. Bọn chúng vô công rồi nghề, không chịu học hành hay làm ăn, thường tụ tập cờ bạc, rượu chè, hút xách, chọc phá đàn bà con gái, có khi còn làm chuyện bậy bạ. Như chuyện thằng lai đó...

Cô bé phản ứng ngay.

CÔ GÁI

Anh lai không làm điều gì xấu.

CÔNG AN B

Làm sao cháu hiểu được. Cháu có biết hết việc làm của

nó đâu. Riêng chuyện nó làm bậy với cháu, cháu không thấy là xấu à. Bố mẹ cháu không giải thích cho cháu chuyện này sao?

Cô bé nói một cách chắc nịch, mắt sáng lên tin tưởng.

CÔ GÁI

Anh lai không làm gì bậy. Anh yêu cháu.

Người công an ngạc nhiên đến sửng sốt khi nghe cô nói điều này. Anh ngẩn ra một lúc rồi lẩm bẩm.

CÔNG AN B

Tình yêu. Tình yêu à. Cháu có hiểu gì về tình yêu đâu. Cháu bị lợi dụng mà không biết đó thôi. Tội nghiệp cháu.

CÔ GÁI

Chú không hiểu thì có. Chú làm sao hiểu được. Cháu biết chú chỉ muốn bắt anh lai thôi. Chú đừng hòng.

Người công an không dám biểu lộ sự tức giận của mình. Anh cố nhỏ nhẹ giải thích nhưng vô ích. Anh cảm thấy thất bại và chán nản bỏ về.

49. NHÀ CÔ GÁI – NGOẠI – CHIỀU TỐI

Chiều tối. Cô bé cảm thấy sốt ruột và linh tính thằng lai sẽ lại đến tìm. Cô vừa làm việc vừa lắng tai nghe ngóng và quả nhiên cô nghe tiếng huýt sáo ở sau nhà. Cô nhanh nhẹn lẻn ra.

Thằng lai đón cô và lần này nó mạnh dạn ôm chầm lấy cô bé. Hai đứa ôm nhau, lắng nghe hơi thở và nhịp đập con tim dồn dập của nhau một lúc lâu rồi thằng lai dắt cô bé đi ra xa phía đồi cỏ.

Trời chập choạng tối. Hai đứa ngồi xuống cỏ, mặt hướng về phía ngọn núi. Chung quanh không có ai nhưng thằng lai vẫn thì thầm.

THẰNG LAI

Anh nhớ em quá. Anh định vài ngày mới trở lại thăm em một lần nhưng chiều đến anh không chịu nổi nên phải tìm tới đây, dù chỉ gặp em năm, mười phút thôi cũng được.

Cô bé càng nhỏ giọng hơn.

CÔ GÁI

Anh cẩn thận đó. Trưa nay ông công an hôm trước mới tới nhà em. Ông hạch hỏi em và thăm dò tin tức của anh.

THẰNG LAI

Em có nói gì không và ông có đe dọa em không?

CÔ GÁI

Đe dọa em sao được. Em nói anh không phải là người xấu và anh yêu em.

THẰNG LAI

Em dám nói vậy thật à?

CÔ GÁI

Phải. Em dám. Có gì mà sợ.

Thằng lai cảm thấy ấm lòng. Nó bóp chặt tay cô bé.

THẰNG LAI

Vậy em có yêu anh không?

Cô bé hơi ngần ngừ.

CÔ GÁI

Có... Em nhớ anh. Em mong anh. Như vậy có phải là yêu không?

THẰNG LAI

Đúng. Đó là yêu rồi. Anh đối với em cũng vậy thôi. Yêu nhau thì có tội gì. Tại sao phải sợ?

CÔ GÁI

Nhưng... nhưng anh đừng... làm chuyện đó nữa nghe. Em vẫn còn bé lắm.

THẰNG LAI

Anh không dám nữa đâu. Nhưng... em cho anh hôn em được không?

Cô bé không nói gì. Thằng lai nâng cằm cô lên, hôn nhẹ nhàng lên môi cô. Cô bé chưa biết hôn đáp trả. Cô bíu nhẹ vào tay nó và người run lên. Thằng lai dừng lại vì không dám làm cô sợ dù nó muốn cắn ngập vào đôi môi thơm mọng thơ trẻ của cô bé. Nó âu yếm.

THẰNG LAI

Một ngày nào đó em lớn lên, anh và em sẽ cho nhau tất cả. Anh sẽ cố chờ. Em cũng vậy nghe.

CÔ GÁI

Còn chuyện anh đi Mỹ thì sao? Anh có đi nữa không?

THẰNG LAI

(Trầm ngâm)

Anh đi chỉ là để học thêm, tìm việc làm và cũng để biết quê hương của bố. Dù sao anh cũng có dòng máu Mỹ chảy trong người. Không có gì trở ngại anh sẽ đi nhưng nếu em muốn, anh sẽ bỏ không đi nữa. Em nghĩ nên như thế nào?

Cô bé không trả lời mà hỏi sang chuyện khác.

CÔ GÁI

Hồi xưa tại sao bố anh đến đây?

THẰNG LAI

Đó là vì chiến tranh. Bố ở trong quân đội nên phải đi. Nghe mẹ kể bố không thích đánh nhau và chưa hề bắn chết người nào. Bố hiền lắm và chỉ muốn cùng mẹ sống yên ổn.

CÔ GÁI

Thế sau đó bố anh đi đâu?

THẰNG LAI

Đơn vị bố đổ đi nơi khác và mất liên lạc. Mẹ không biết bố đã tử trận hay về nước. Anh đâu biết mặt bố vì bố đã đi khi anh còn nằm trong bụng mẹ. Anh có tấm ảnh bố mẹ chụp chung. Bố cũng đẹp trai lắm. A, còn bố em nghe nói cũng là giáo viên sao không đi dạy nữa?

CÔ GÁI

Em cũng không hiểu rõ. Có thể vì ông nội em là sĩ quan cộng hòa tử trận, còn bố em thì chống đối hiệu trưởng sao đó nên người ta cho nghỉ. Bố thương em lắm. Tội nghiệp bố phải làm việc vất vả để nuôi gia đình.

THẰNG LAI

Chiến tranh đã chấm dứt lâu rồi. Bố mẹ đã khổ nhưng bây giờ mình vẫn tiếp tục khổ. Anh thấy vô lý quá. Nếu anh không đi Mỹ, anh cũng chỉ làm thuê làm mướn để sau này nuôi em thôi. Em có chịu không?

CÔ GÁI

Chịu. Em cũng cực quen rồi. Em có cần gì đâu. Nhưng anh đi Mỹ chắc có tương lai hơn phải không?

THẰNG LAI

Anh cũng không biết rõ nhưng hi vọng là như vậy. Nghe nói tụi anh sẽ được chính phủ Mỹ trợ cấp nuôi ăn học.

CÔ GÁI

Vậy thì anh nên đi. Em đợi anh được mà.

THẰNG LAI

Lỡ anh không về thì sao?

CÔ GÁI

Anh sẽ bị quả báo. Nhưng em tin anh sẽ về, phải không?

THẰNG LAI

Anh nói giỡn thôi. Nhất định anh sẽ về.

Thằng lai ôm chặt cô bé vào lòng. Hai đứa đê mê truyền hơi ấm cho nhau khi trăng bắt đầu lên và trời trở gió. Cô bé chợt giật mình.

CÔ GÁI

Thôi. Em phải vào thôi. Không chừng bố em về rồi. À, em đã nói với bố việc anh xin lỗi không đến gặp bố mẹ em được.

THẰNG LAI

Bố em nói sao?

CÔ GÁI

Bố có vẻ thông cảm. Nhưng hình như bố chưa tin mình yêu nhau.

THẰNG LAI

Chắc dần dần bố sẽ hiểu thôi.

50. ĐỒI CỎ – NGOẠI – CHIỀU TỐI

Cô bé đứng lên kéo thằng lai dậy. Hai đứa dìu nhau đi về nhà cô bé. Gió lồng lộng trên đồi làm tóc cô bay bay, để lộ khuôn mặt trắng nhợt nhạt tương phản với màu da tăm tối của thằng lai.

Hai kẻ khờ khạo yêu nhau đi như trong cơn mê, không biết có một đôi mắt và một mũi súng đang theo dõi họ. Đó là công an B đang phục kích sau nhà cô bé.

Bóng hai đứa in lên nền trời rất rõ. Thằng lai cao lênh khênh và cô gái mảnh mai đi bên cạnh, thỉnh thoảng bóng họ chập vào nhau làm một rồi lại tách ra.

CÔNG AN B

(Nói thầm)

Đúng là một cặp tình nhân. Ủa, té ra mình cũng chấp nhận có chuyện chúng nó yêu nhau ư? Không. Không thể được. Con bé chỉ bị dụ dỗ thôi.

Mũi súng trong tay công an B từ từ rê theo bước chân hai đứa.

CÔNG AN B

(Nghĩ thầm)

Ta có quyền bắn nó không? Không. Ta chỉ muốn bắt nó thôi. Nhưng lấy lý do gì để bắt? Và dễ gì bắt được nó. Nó to khỏe gấp đôi ta. Nếu không có cây súng ta khó lòng chế ngự được nó. Ta lại không mang theo còng. Ta nên hành động thế nào đây? Chà, thật rắc rối.

Bóng hai đứa mỗi lúc một gần hơn. Mũi súng của B tự động nhắm vào ngực thằng lai rồi hạ dần xuống đùi một cách vô thức. Hai đứa chỉ còn cách anh mấy thước, bước chân lạo xạo. Trong lúc bối rối anh chưa kịp làm gì thì chợt thằng lai cúi xuống hôn phớt lên má cô bé rồi nhanh nhẹn quay ngoắt đi. Nó biến mất như một ảo ảnh tan trên đồi cỏ trong ánh trăng mờ.

B dụi mắt như tưởng mình vừa mê ngủ. Anh nằm im để cho cô bé đi qua trước mặt không hay biết rồi thở dài đứng lên phủi quần áo lẳng lặng ra về.

51. NHÀ CÔNG AN B – NỘI – TỐI

B về đến nhà định thay quần áo đi nghỉ nhưng một ý tưởng chợt lóe lên. Anh vội vàng mặc quần áo lại và đi đến nhà thằng lai, không quên thủ theo chiếc còng. Anh vừa nghĩ ra điều rất có thể thằng lai sau khi đến thăm cô bé sẽ tạt về nhà thăm mẹ. Và nếu thế, lần này anh nhất định không cho nó thoát.

52. NHÀ MẸ THẰNG LAI – NGOẠI – NỘI – TỐI

B nhẹ nhàng đến trước cửa thằng lai nghe ngóng. Cửa đóng, bên trong có ánh đèn và tiếng người trò chuyện. Anh nhận ra ngay giọng của bà mẹ thằng lai và công an A, còn một giọng nữa anh đoán chắc là của thằng lai. Không tính thoán, B xô mạnh của bước vào. Ba người giật mình quay ra. B vui mừng khi thấy người thứ ba trong nhà đúng là thằng lai.

Thằng lai hốt hoảng, da nó đen nên mặt không thấy biến sắc nhưng mắt nó mở to thao láo và miệng há ra nhe hàm răng trắng ởn. Bà mẹ thất thần, giơ tay quơ quơ trước mặt như muốn chặn B lại. Công an A sửng sốt đứng lên mở miệng định nói gì nhưng rồi ú ớ ngưng lại. Một phút im lặng căng thẳng nặng nề trôi qua.

B lớn tiếng chào, cố bình thường hóa giọng nói của mình.

CÔNG AN B

Chào mọi người. Tôi đến tìm hiểu thêm tình hình thôi. A, cậu lai mới về hả?

Bà mẹ thằng lai chưa hết hoảng hốt, không nói gì trong khi A bình tĩnh kéo chiếc ghế bên cạnh mình.

CÔNG AN A

Anh ngồi đây uống nước đã. Tôi cũng vừa mới tới. Tôi hỏi thăm, cậu lai nói đi làm ăn xa với bạn mới về. Sao, không có gì nghiêm trọng chứ?

B không ngừng quan sát thằng lai. Dưới ánh đèn, mặt nó căng thẳng nhưng không có vẻ gì hung ác, trái lại còn có nét ngây thơ.

CÔNG AN B

(Ậm ừ)

A... cũng có yếu tố mới.

(Đổi giọng nghiêm trang)

Thôi, bây giờ có đủ mặt mọi người, tôi đặt thẳng vấn

đề đây. Chuyện cậu lại phạm tội hiếp dâm đã được nhân dân trong phường báo cáo với công an và tôi có trách nhiệm điều tra. Trưa nay tôi có gặp cô bé bị hại và cô đã chính thức thừa nhận mối quan hệ với cậu. Mấy ngày qua tôi tìm cậu nhưng không gặp. Bây giờ gặp cậu ở đây, cậu hãy nói rõ sự thật đi. Cậu đã làm, không thể né tránh trách nhiệm và trốn tránh pháp luật được đâu.

B nghiêm khắc nhìn vào mặt thằng lai như muốn thôi miên. Nó bối rối quay mặt đi nơi khác.

Bà mẹ đã hơi trấn tĩnh lại, bà nói gay gắt.

MẸ THẰNG LAI

Lần trước tôi đã nói với anh rồi. Con tôi không làm gì bậy bạ cả. Nó hiền lành, làm ăn lương thiện, không vi phạm pháp luật. Anh quyền gì đến hạch hỏi hoài vậy. Anh công an khu vực phụ trách địa bàn này, không nói gì, anh ở đâu tới, biết gì mà nói.

A tiếp lời bà.

CÔNG AN A

Anh à, đừng nóng vội. Anh lấy lý do gì sách nhiễu người ta chứ? Không có bằng chứng, không ai tố cáo, anh dựa vào cơ sở nào để tiến hành điều tra? Anh làm quá người ta sẽ kiện anh về việc xâm phạm gia cư bất hợp pháp.

B không nén được tức giận đứng lên.

CÔNG AN B

Tôi hiểu mấy người quá rồi. Thằng lai kia, mày chính là tội phạm, là bằng chứng. Mày theo tao về đồn lấy lời khai, không lôi thôi.

B rút chiếc còng cầm tay, bước về phía thằng lai. A cũng đứng lên chặn ngang trước mặt B

CÔNG AN A

Có tôi đây mà anh dám làm vậy à. Lệnh bắt đâu mà anh bắt người? Nó đang ở nhà chứ có phải đang quả tang phạm pháp đâu. Anh làm công an có biết luật không?

Hai công an nhìn gườm gườm vào mặt nhau, mắt tóe lửa. B quát lên.

CÔNG AN B

Anh bao che tội phạm hả?

CÔNG AN A

(Cười khinh khỉnh)

Tôi bảo vệ người dân, thực thi pháp luật.

CÔNG AN B

Bảo vệ dân hay bảo vệ tội phạm? Anh nhận bao nhiêu tiền hối lộ rồi mà hăng hái vậy?

CÔNG AN A

Anh dám vu cáo hả? Đi ra ngoài ngay.

CÔNG AN B

Chính anh phải đi ra để tôi thi hành nhiệm vụ.

Cả hai đều quát lên "Đi ra" và đều đưa tay vào báng súng nhưng không ai rút ra.

Trong lúc hai công an đang cãi nhau, thằng lai đã lẳng lặng chuồn ra ngõ sau, thoáng cái đã mất hút vào bóng đêm. Bây giờ có trời mới bắt được nó.

B nhìn qua thấy mất thằng lai trong khi A to lớn dềnh dàng đang chắn ngang trước mặt.

CÔNG AN B

Được. Để rồi xem.

B giận dữ rít lên rồi quày quả bước ra khỏi nhà.

53. ĐƯỜNG PHỐ – NGOẠI – SÁNG

Người đàn ông ngồi lặng lẽ sau mấy đống sách, thỉnh thoảng giở một vài cuốn ra xem mục lục, đọc một vài trang hay phủi đi lớp bụi mỗi giờ lại dày thêm trên các bìa sách phần lớn cũ kỹ hay nhăn nheo.

Ông đang đắm chìm trong suy tư thì có tiếng xe đỗ xịch và tiếng người nhốn nháo phía sau lưng. Ông chưa hiểu việc gì xảy ra thì mấy người từ trên xe đã nhảy bổ xuống, giật lấy tấm ni lông lót sách của ông, túm lại quăng lên xe, một vài cuốn văng ra đường.

Một số người khác túa ra khu vực chung quanh, xông đến

các quầy bán hàng gần đó. Họ lật đổ tất cả, túm lấy những gì vớ được ném lên chiếc thùng xe đang chạy rề rề theo lề đường mặc cho những người chủ kêu la, chống cự hay năn nỉ.

Các thứ nháo nhào trên thùng xe. Bàn ghế lổng chổng, sách, ly chén, bánh mì, trái cây, thuốc lá, giày dép, rau cải... trộn trạo thành một mớ hổ lốn khổng lồ, quyện bết vào nhau theo nhịp xe lọc xọc.

Ông chết đứng bên lề đường. Khi ông tỉnh trí lại, chung quanh trống trải và vắng lặng đến lạ lùng dù mới xảy ra một trận hỗn chiến. Ông nhìn quanh thật kỹ. Cả chiếc ghế đẩu xọc xạch của ông cũng bị lấy đi. À, còn một cuốn sách nhỏ nằm ép vào gờ lề đường. Ông cúi xuống nhặt lên. Đó là cuốn Truyện Kiều.

Ông ôm chặt cuốn sách vào lòng bước đi, trong đầu miên man câu thơ định mệnh:

Bắt phong trần phải phong trần
Cho thanh cao mới được phần thanh cao.

Và lời tâm sự cuối đời như một di chúc của Nguyễn Du vang vọng:

Bất tri tam bách dư niên hậu
Thiên hạ thùy nhân khấp Tố Như.

Nước mắt ông tự nhiên ứa ra, chảy dài trên má. Tố Như ơi, Nàng Kiều ơi, có ta khóc các người đây, hỡi những con người tài hoa bạc mệnh đã qua kiếp đoạn trường.

54. ĐỒI CỎ – NGOẠI – ĐÊM

Cô gái từ nhà đi ra đồi cỏ hướng về phía núi. Cô đi như trong cơn mê. Chiếc bóng bé nhỏ phất phơ trên đồi cỏ hoang cô tịch.

Cô bé đi bước thấp bước cao đến cuối dãy đồi đã nhập nhoạng bóng tối. Một bóng đen cao lớn nhô lên từ dưới triền đồi. Hai đứa nhận ngay ra nhau, không hề ngạc nhiên, ôm chầm lấy nhau và ngã lăn ra mặt đất.

Thằng lai hôn lên môi cô bé và cô bé đã biết hôn đáp trả dù vụng về. Hai bóng trắng và đen nhập vào nhau làm một trên nền cỏ dịu dàng trong bóng tối bao dung. Chúng hôn nhau mải miết, uống nuốt tâm hồn nhau đang nung nấu mong đợi, thân xác quấn siết vật vã quần quại trong cơn mê đắm.

Rất lâu sau, hai đứa rời nhau ra, nằm ngửa mặt nhìn trời. Vài vì sao đã thấp thoáng đây đó giữa khoảng không mênh mông mờ đục. Trời đất đều lặng đi. Hình như chỉ có hai đứa đang sống và hít thở trên cõi đời này.

CÔ GÁI

Em ước gì chúng ta sẽ mãi bên nhau như thế này. Em không cần gì hơn nữa.

THẰNG LAI

(Thở dài)

Anh cũng vậy. Nhưng đáng buồn là chúng ta không thể mơ mộng được. Tối hôm qua suýt nữa anh đã bị ông công an bắt. Ông mang theo cả còng. May mà anh chạy thoát. Hôm nay đáng lý anh không dám đến đây nhưng rồi nhớ em quá nên anh liều

CÔ BÉ

(Nhổm dậy)

Trời ơi. Vậy thì nguy quá. Bây giờ phải làm sao?

THẰNG LAI

(Giọng khổ sở)

Tại anh tất cả. Tại màu da đen và dòng máu lai chảy trong anh. Tại anh đã không tự chủ làm việc không nên làm.

Cô bé áp người vào ngực thằng lai. Nó vuốt ve tóc cô. Bàn tay nó lúc này cũng đen như mái tóc. Cô bé an ủi.

CÔ GÁI

Anh đừng nói vậy. Mầu da đen đâu có xấu và anh đâu có tội gì. Da anh đen nhưng lòng anh không đen. Anh đã làm việc sai nhưng anh đã biết ăn năn hối lỗi. Em tha thứ cho anh thì không ai buộc tội anh được.

Bàn tay thằng lai luồn sâu vào mái tóc cô bé phủ trên ngực mình.

THẰNG LAI

Em hiểu và tha thứ nhưng xã hội này không hiểu và tha thứ như em. Em và anh đều quá bé nhỏ yếu đuối trong khi người ta có đủ mọi sức mạnh và quyền lực. Nếu không sau ta lại phải lẩn trốn, chỉ được gặp gỡ nhau nơi chốn hoang vu trong đêm tối này.

Giọng nói cay đắng của thằng lai làm cô bé quặn thắt và bỗng trở nên tức giận. Cô ngồi lên, mở to mắt nhìn về dáng núi đen hơn trời đêm trước mặt.

> **CÔ GÁI**
>
> Em không sợ hoang vu và đêm tối. Em không cần ánh sáng nữa. Em cần anh dù anh có đen hơn đêm. Anh có biết không?

Thằng lai cũng ngồi dậy ôm chặt vai cô bé. Cô đã bắt đầu thổn thức. Những giọt nước mắt không nhìn thấy rơi âm ấm trên bàn tay đen của nó. Nó nói giọng dỗ dành.

> **THẰNG LAI**
>
> Thôi em đừng khóc. Mình cũng đừng thèm nói chuyện đó nữa. Tới đâu hay đó. Gặp nhau sao không nói chuyện vui mà cứ nói chi chuyện buồn. Em nhìn kìa. Trăng đã lên rồi.

Hai đứa nhìn về hướng đông, phía chân trời, nơi xa xa cây cối mới đây còn tù mù đen sẫm. Mặt trăng vừa nhô lên, khuyết một góc, nhưng ánh vàng trong veo rực rỡ, xóa tan ngay màn đêm vừa chầm chậm chiếm lĩnh không gian.

Ngọn núi đen ngòm phía trước được phủ một lớp vàng nhạt mơ hồ làm cho nó trở nên lung linh bí hiểm nhưng không còn đáng sợ.

Hai đứa tựa đầu vào nhau lặng ngắm mặt trăng chầm chậm đi lên như không hề di chuyển nhưng vẫn từ từ rời xa chân trời, mỗi lúc một cao hơn. Cả vùng không gian chung quanh đã nhuộm ánh vàng với một lớp bụi sương khói mênh mông hư ảo.

Cô bé vui lên một chút nhưng rồi lại cảm thấy buồn hơn. Cô nhìn khuôn mặt đen của thằng lai bớt đen và sáng lên trong ánh vàng.

CÔ GÁI

Bóng đêm che chở chúng ta nhưng ánh sáng mới cho ta thấy rõ mặt nhau. Không lẽ anh không muốn nhìn thấy em sao?

Thằng lai sững người trước câu nói của cô bé. Mái tóc cô dát vàng sóng sánh ôm lấy khuôn mặt trắng ngời ngợi với đôi mắt đen ướt long lanh và đôi môi đỏ ngây thơ nhưng đầy quyến rũ. Nó gần như kêu lên.

THẰNG LAI

Trời ơi. Em đẹp như một nàng tiên, một thiên thần bé nhỏ trong các bức tranh tôn giáo anh đã thấy. Sao anh lại không muốn nhìn em. Em soi rọi đời anh còn sáng hơn mặt trăng kia. Màu da đen và cuộc đời đen của anh được em làm ngời sáng. Chúng ta cần ánh sáng mà cũng cần cả bóng đêm vì chúng ta đang bị truy đuổi, bị ngăn cấm. Nhưng dù ánh sáng hay bóng tối, miễn lúc nào chúng ta cũng có nhau, ở bên nhau là hạnh phúc rồi. Phải không em?

Nó cúi xuống hôn lên môi cô bé để cô không thể nói tiếp những ý nghĩ buồn phiền mà nó biết đang xâm nhập tâm trí cô.

Hai đứa ngồi ôm nhau thật chặt. Vầng trăng mỗi lúc một lên cao, hào phóng ban phát ánh vàng lên khắp trời đất. Bóng hai đứa giữa đồi cỏ hoang vắng chỉ là một chấm đen nho nhỏ như có như không trên mặt đất mênh mông huyền ảo dưới trời đêm.

55. ĐỒI CỎ – NGOẠI – ĐÊM

Sau những giờ phút ngây ngất, thằng lai và cô gái vừa đứng lên chuẩn bị ra về bỗng có một bóng đen sừng sững choán ngay trước mặt. Đó là công an B. Hai đứa đang sững sờ choáng váng, B lên tiếng.

> CÔNG AN B
>
> > Thằng lai. Bây giờ mày hết chạy rồi nhé.

Hai đứa vẫn đứng im không nói được tiếng nào. Công an B tiếp tục với giọng đắc chí.

> CÔNG AN B
>
> > Thằng lai. Mày không nói được gì hả? Mày chối nữa không? Đêm hôm dụ dỗ con gái vị thành niên ra chốn tối tăm để làm gì? Mày nói thử đi. Tao bắt mày được chưa?

Một lúc sau, hơi tỉnh trí, thằng lai định phóng chạy nhưng vướng cô gái đứng phía sau nên còn ngần ngừ. Bỗng cô gái gạt hắn sang một bên, tiến lên đứng chắn giữa thằng lai và người công an.

> CÔ GÁI
>
> > Ông không được bắt anh lai. Anh lai không làm gì sai cả.

CÔNG AN B

Chà! Cô lại còn bênh hắn hả? Thật hết thuốc chữa rồi. Mà thằng lai, mày cũng tài thật, dụ dỗ rất có nghề…

CÔ GÁI

Anh chạy đi

Cô bất ngờ hét lên và xông thẳng tới, dùng hết sức đẩy mạnh vào ngực người công an. B bất ngờ ngã ngửa ra trước sức đẩy phi thường của cô gái. Thằng lai phóng đi như một mũi tên mất hút vào bóng đêm. Công an B chống tay đứng dậy, nổi giận giang tay định tát vào mặt cô gái nhưng liếc qua thấy thằng lai đã biến mất, anh thở dài buông tay xuống.

Anh đứng nhìn cô gái một lúc. Mắt cô long lên lấp loáng trong bóng đêm mờ. Cô đứng vững chãi như một cây thông non mạnh mẽ vừa lớn giữa đất trời và đồi cỏ hoang vu. Anh lặng lẽ bỏ đi.

56. ĐƯỜNG PHỐ – NGOẠI – SÁNG

Bố cô bé sau lúc choáng váng, nhặt được cuốn Truyện Kiều, ông ôm cuốn sách vào lòng đi lang thang suốt ngày qua các dãy phố như một kẻ mất hồn.

57. QUÁN NHẬU – NỘI – CHIỀU - TỐI

Chiều, người đàn ông ghé vào một quán nhậu, gọi một lít rượu đế và ngồi đó uống lai rai đến tối.

Ông ngồi một mình nơi bàn nhậu bẩn thỉu, nặng mùi thức ăn và bia rượu, không chú ý đến tiếng ồn ào hỗn tạp chung quanh.

Ông ngồi mãi ở đó, thỉnh thoảng tợp một hớp rượu, cạn chén lại rót đầy, cho đến khi chai rượu được dốc hết đến giọt cuối cùng.

Một người đàn ông trung niên to lớn ngồi nhậu với bạn ở một bàn cách đó không xa vẫn theo dõi quan sát ông. Anh ta, chính là công an A, đang mặc thường phục, đứng lên tới trước bàn người đàn ông ngồi một mình, kéo ghế ngồi và hỏi trống không.

CÔNG AN A

Sao có vẻ buồn quá vậy?

Người đàn ông ngẩng lên nhìn anh ta, đăm đăm hồi lâu, không hiểu tại sao có người đến nói với mình và nói điều gì. Anh ta mỉm cười nhắc lại.

CÔNG AN A

Sao buồn quá vậy? Uống rượu giải sầu hả?

Lần này ông đã nghe và hiểu. Ông nhướng đôi mắt nặng trĩu, lè nhè.

NGƯỜI ĐÀN ÔNG

Buồn thì uống. Nhưng uống rượu đâu thể giải sầu. Uống rượu để tăng sầu, thêm hận thì có.

CÔNG AN A

Có gì mà hận đời thế?

NGƯỜI ĐÀN ÔNG

Hận đời... Đúng... Hận đời... Không hận sao được. Anh có con không? Nếu con gái anh bị hiếp dâm anh có hận không? Anh làm nghề gì? Nếu người ta không cho anh làm việc, dồn anh vào bước đường cùng, để vợ con anh đói khổ, anh có hận không? Anh có bằng cấp chứ? Bằng cấp chữ nghĩa của anh bị người ta chà đạp xuống đất như tờ giấy lộn, anh có hận không? Hả? Hả? Anh nói đi.

Ông lẩm bẩm rồi tuôn ra một tràng, nói như quát vào mặt người đối diện. Anh ta không ngạc nhiên mà chỉ lùi ra một chút, nhìn ông với vẻ thâm trầm bằng đối mắt ti hí. Anh ta gật gù.

CÔNG AN A

Đáng hận lắm. Nhưng đời chó má thế ta phải đấu tranh chứ lẽ nào chịu thua.

NGƯỜI ĐÀN ÔNG

(Nhíu mày ngạc nhiên)

Đấu tranh ư? Từ lâu tôi không nghe đến từ này. Nhưng đấu tranh bằng cách nào và đạt kết quả gì? Đấu tranh với nhà nước để ở tù hay sao? Ngay một tên thủ trưởng con con cũng có thể sa thải anh nếu anh chống lại hắn. Còn con gái anh bị hiếp dâm, anh đi tố cáo, rêu rao cho thiên hạ biết ư, nhất là đứa hiếp lại là một thằng lai Mỹ đen. Anh làm được gì? Anh làm được gì hả?

Ông đã nói những điều không nên nói, những điều đau

đớn với một con người hoàn toàn xa lạ. Kẻ xa lạ này lại không hoàn toàn vô tâm. Anh ta có ý đồ gợi chuyện.

CÔNG AN A

Đối với chuyện con gái bị hiếp dâm, nhất là bởi một thằng lai Mỹ đen, dù sao ông cũng nên tố cáo để đòi bồi thường và trừng trị nó.

NGƯỜI ĐÀN ÔNHG

Không thể được. Con gái tôi không muốn tố cáo và anh biết không, nó còn yêu thằng kia nữa. Thằng kia sắp được bảo lãnh đi Mỹ. Không biết rồi sẽ ra sao. Mọi chuyện... Mọi chuyện... cứ rối tung lên... Mà thôi... Mặc... Mặc... mẹ nó đi. Cuộc đời chó chết này... là thế... là thế đó.

Ông đã líu lưỡi, mắt đờ đẫn và từ từ gục xuống bàn. Người công an mặc thường phục nhún vai đứng lên. Anh ta quay lại đám bạn nhậu vẫn còn ngồi khật khưỡng ở bàn bên kia, lấy chai bia rót đầy các ly rồi nâng ly hô lớn.

CÔNG AN A

Ê. Dô. Một trăm phần trăm...

ĐÁM BẠN

Dô. Dô. Dô...

Tiếng "Dô" vang rền át hẳn tiếng ngáy của người đàn ông nhỏ bé đang gục trên bàn bên này. Từ khóe mắt của ông một dòng lệ chảy ra, hòa vào mặt bàn nhầy nhựa.

58. ĐƯỜNG LIÊN XÃ – NGOẠI – SÁNG

Công an B vừa nhận được tin của người bạn công an ở xã bên cạnh báo thấy có thằng lai xuất hiện trong xã. Anh lập tức lấy xe gắn máy phóng ngay đến đó để tìm thằng lai. Anh hỏi thăm và tìm được đến nhà thằng lai tạm trú. Đó là một căn nhà gần cuối xã, sát các đồi trà mênh mông phía sau.

Anh vào sân, vừa định đánh tiếng hỏi thì thằng lai tình cờ từ trong nhà bước ra. Trông thấy anh, nó hốt hoảng quay đầu chạy, nhanh như một tia chớp phóng qua hàng rào, đâm bổ về phía đồi trà. Anh vội vàng lao theo nó.

59. ĐỒI TRÀ – NGOẠI – SÁNG

Một cuộc chạy đua quyết liệt diễn ra giữa hai người như một cuộc đua sinh tử. Thằng lai phóng nhanh như ngựa phi nước đại trên con đường nhỏ giữa hai hàng trà, uốn mình qua các khúc quanh như một con báo và bay qua các bụi cây như một con chim. Công an B phóng theo gần như bén gót thằng lai.

Khoảng cách giữa hai người mỗi lúc một xa dần. Công an B vừa chạy vừa thò tay vào áo khoác rút súng ra bắn chỉ thiên một phát. Thằng lai giật mình ngoảnh lại và vấp vào một rễ cây lớn. Nó ngã lăn ra đất, đau đến nỗi không thể nào ngồi dậy ngay được. Công an B cố sức chạy đến gần, cũng ngã ngồi trước mặt thằng lai. Hai người nhìn nhau thở hào hển, một lúc lâu không ai nói được câu nào.

Khi đã bớt mệt, người công an thở phào một tiếng rõ to

khoan khoái nhìn thấy thằng lai đã nằm gọn trong tay mình. Anh chăm chú quan sát nó một cách kỹ càng. Nó vẫn nằm sóng soài trên mặt đất, chân co chân duỗi, hai tay chống nửa chừng sẵn sàng chồm dậy. Đôi mắt nó mở to đến gần rách mí, hàng mi dài không chớp, bộc lộ một vẻ sợ hãi cùng cực. Anh gõ gõ báng súng vào lòng bàn tay.

CÔNG AN B

Bây giờ mày hết chạy được rồi. Không có gì phải sợ. Cứ từ từ nói chuyện. Mày cứ nói toàn bộ sự thực là được.

Thằng lai cố ngồi lên. Nó dần dần trấn tĩnh.

THẰNG LAI

Tôi không sợ đâu. Ông không có quyền bắt tôi. Tôi chẳng làm gì xấu cả.

CÔNG AN B

Thôi đừng lặp lại luận điệu đó nữa. Mày hiểu tao muốn gì mà. Bây giờ mày nhớ rằng chỉ có tao và mày ở đây. Tao là công an, lại có súng. Tao có thể bắn chết mày rồi gán cho mày tội gì đó. Ai biết đâu. Mày chết không nói được, còn tao thiếu gì cách giải thích. Tao là công an mà.

Thằng lai hiểu điều người công an nói hoàn toàn có thể xảy ra. Nó suy nghĩ một lúc rồi quyết định nói sự thật.

THẰNG LAI

Thực ra tôi có làm điều không đúng với cô bé nhưng

không phải là cưỡng bức. Tôi yêu cô bé và cô bé cũng yêu tôi. Cô đã tha thứ cho tôi và chúng tôi sẽ lấy nhau khi cô lớn. Đó cũng là chuyện bình thường. Có gì phạm pháp đâu.

CÔNG AN B

(Cao giọng)

Mày nói dễ nghe quá. Hiếp một con bé mười sáu tuổi mà không phải cưỡng bức thì là gì? Mày yêu kiểu đó hả? Còn con bé biết gì mà yêu? Mày chỉ dụ dỗ lợi dụng người ta. Đợi con bé lớn mày sẽ lấy à? Biết đến chừng nào? Mày lai sắp đi Mỹ. Mày quất ngựa truy phong trốn luôn ai làm gì được mày? Vậy thì mày lời quá. Được yêu được cưỡng hiếp, được đi Mỹ mà không phải trả giá nào cả. Mày có máu Mỹ trong người có khác. Bộ mày tưởng dân Việt Nam ngu hết sao? Có tao ở đây mày đừng hòng. Những thằng Mỹ lớn như bố mày tao còn trừng trị được, sá gì thằng Mỹ con lai như mày.

Người công an nói bằng một giọng lạnh băng và sắc như dao nhưng giờ đây thằng lai lại không nao núng. Nó ngồi hẳn dậy nhìn thẳng vào mặt người công an.

THẰNG LAI

Ông lớn như thế mà không hiểu tình yêu hay sao. Tôi và cô bé có quyền yêu và được yêu, bất chấp chủng tộc và tuổi tác. Chúng tôi cứ yêu nhau và sẽ sống vì nhau, bất chấp mọi trở ngại. Chuyện đi Mỹ thực ra tôi đi cũng được, không đi cũng được. Nếu tôi đi chỉ là vì tương lai của chúng tôi, để cho cô bé và tôi có cơ hội bớt khổ. Tôi không chạy trốn. Trong người tôi có hai dòng máu. Mỹ và Việt Nam đều là đất nước của tôi. Tôi không thù hận như ông. Tôi chỉ muốn yêu, được yêu, làm việc và sống hạnh phúc. Tôi có tội gì chứ? Tại sao ông thù ghét tôi?

Thằng lai nói một cách đầy tin tưởng, mắt nó rực lên. Người công an nhíu mày nhìn nó. Chuyện nó và cô bé yêu nhau quả nhiên có thực. Anh vẫn còn nhớ hình ảnh hai đứa ôm nhau đi trong trời đêm hôm trước anh chứng kiến đúng là một cặp tình nhân. Tuy nhiên anh hoài nghi chuyện nó đi Mỹ rồi sẽ trở về. Anh gằn giọng.

CÔNG AN B

Mày có dám cam đoan là mày đi Mỹ rồi sẽ trở về lấy con bé không? Ai bảo đảm được điều này và ai tin mày?

THẰNG LAI

Tôi không có ai bảo đảm nhưng tôi dám cam đoan điều đó, trừ phi tôi chết đi. Ai tin hay không tôi không rõ nhưng tôi biết chắc chắn cô bé tin tôi, sẽ chờ đợi tôi. Chúng tôi đã thề hứa với nhau rồi.

CÔNG AN B

Như mày nói mày sẽ không phản bội nhưng lỡ mày chết thì sao, con bé có chịu thiệt thòi không cho dù mày có yêu nó đến mấy.

THẰNG LAI

Tôi không chết. Tôi nhất định không chết. Tôi sẽ trở về để lấy cô bé.

Thằng lai nói như đinh đóng cột bằng tất cả quyết tâm và niềm tin sâu sắc trong lòng mình. Người công an cảm thấy hơi chấn động trước sự biểu lộ mãnh liệt nơi thằng lai. Anh im lặng chưa tìm được gì để nói thêm.

60. ĐỒI TRÀ – NGOẠI – SÁNG

Bất chợt thằng lai hất mạnh tay anh, khẩu súng lục văng ra xa. B nhoài theo chụp khẩu súng nhưng thằng lai nhanh hơn và khẩu súng gần nó hơn. Nó cầm khẩu súng lên, lùi một bước và chỉa súng về phía người công an. B khựng lại chằm chằm nhìn nó.

THẰNG LAI

Ông đứng yên không tôi bắn.

CÔNG AN B

Mày dám bắn không? Mày nên nhớ tao là công an. Bắn công an là tù mọt gông chứ không chơi đâu. Mày dám không?

THẰNG LAI

Ông tiến lên tôi sẽ bắn. Tôi không sợ ông đâu. Tôi chỉ tự vệ thôi.

Nhìn vẻ kiên quyết trên mặt thằng lai, công an B hơi chột dạ nhưng rồi anh trấn tĩnh, nhanh chóng chuyển hướng câu chuyện.

CÔNG AN B

Tao biết mày sẽ không bắn. Mày dại gì rước họa vào thân trong khi chuyện rắc rối của mày giải quyết chưa xong. Tao hỏi lại lần nữa, mày có thực sự yêu cô bé không?

CÔNG AN B

Nhưng mày là thằng lai Mỹ đen và cô bé còn vị thành niên.

THẰNG LAI

Chính cô bé cũng đã nói với tôi là tình yêu không phân biệt và không ranh giới. Cô bé mà còn hiểu sao ông lại không.

Trong khi thằng lai say sưa nói, công an B chồm tới định giật khẩu súng nhưng thằng lai đã lùi lại kịp thời.

THẰNG LAI

Ông đứng lại không tôi sẽ bắn. Tôi không dọa đâu. Tôi bắn ông rồi tôi sẽ tự tử luôn. Nếu để ông bắt tôi sống cũng như đã chết. Tôi nói là làm.

CÔNG AN B

Mày không nên như vậy. Chuyện đâu còn có đó và có thể giải quyết mà. Mày đưa súng đây rồi chúng ta nghĩ cách giải quyết. Tao thấy mày cũng đáng thương

THẰNG LAI

Vậy sao ông không bỏ qua chuyện này đi.

CÔNG AN B

Tao cũng đang nghĩ. Nhưng mày biết tao còn trách nhiệm. Mày đưa súng đây rồi chúng ta ngồi xuống nói chuyện. Mày không biết sử dụng súng nguy hiểm lắm.

Công an B vừa nói vừa làm điệu bộ rồi bất thần đánh mạnh vào tay thằng lai, khẩu súng văng ra xa. Hai người cùng cúi xuống đứng thế thủ, định chồm vào nhau nhưng rồi gườm gườm nhìn nhau, chưa ai ra tay trước

61. ĐỒI TRÀ – NGOẠI - SÁNG

Bất ngờ thằng lai bước tránh sang bên rồi lao vút đi như một mũi tên. Người công an phóng đến nhặt khẩu súng và giơ lên ngắm về hướng thằng lai đang chạy, ngón tay siết vào cò. Khoảng cách chưa xa lắm, với tài thiện xạ của mình, anh tin chắc sẽ hạ thằng lai không khó chỉ bằng một phát.

Anh bóp mạnh cò súng. Nhưng trong tích tắc cuối cùng trước khi đầu đạn nổ, anh đã hất mũi súng chĩa lên trời. Một lần nữa thằng lai lại biến mất trước mắt anh, không phải trong đêm tối mà ngay giữa trời đầy nắng.

Anh đứng lên nhìn bao quát các đồi chè xanh tươi trùng điệp ngập nắng rồi chậm rãi ra về. Anh bứt một đọt chè xanh đưa lên miệng nhấm nháp vị ngọt chát và thấy nhẹ lòng, không còn là vị đắng cay của thất bại như những lần trước.

62. ĐỒI CỎ – NGOẠI – CHIỀU

Mới giữa buổi chiều cô bé đã ra khỏi nhà, băng qua đồi cỏ đi về phía núi sau khi đã cẩn thận quan sát chung quanh xem có ai theo dõi không. Hôm nay thằng lai hẹn cô ra để gặp gỡ vì ngày mai nó phải rời nơi đây để ra đi. Cô tuyệt đối tin tưởng chuyện thằng lai ra đi và sẽ trở về.

Trời u ám. Cô đi đến cuối đồi cỏ, mưa bắt đầu rơi rồi mỗi lúc một nặng hạt. Cô hốt hoảng nhìn trời đất mù mịt. Không khí lạnh đi nhanh chóng. Mưa thấm ướt sũng quần áo, quất vào mặt cô, chảy ròng ròng trên má trên môi. Cô bước thấp bước cao chạy bừa xuống triền đồi hướng về phía núi. "Anh ở đâu? Anh ở đâu? Sao không ra đón em? Em đang đến với anh đây. Nếu chiều nay em lạc anh, có lẽ suốt đời em sẽ mất anh. Anh đâu rồi? Anh ơi." Cô bé vừa kêu thầm vừa đưa hai bàn tay lên chới với che những hạt mưa lạnh buốt và sắc cạnh quất vào mắt đau nhói. Cô vấp ngã quỵ rồi lại đứng lên loạng choạng đi tiếp.

Trong lúc cô choáng váng, gần như tuyệt vọng, thằng lai bất chợt xuất hiện trong làn mưa mờ đục. Nó cũng ướt sũng từ đầu đến chân nhưng vô cùng mạnh mẽ. Nó ôm ngang cô bé, siết chặt cô vào lòng và chạy như bay về phía chân núi.

63. HANG NÚI – NỘI- CHIỀU

Thằng lai đưa cô đến một hang đá nhỏ kín đáo mà nó đã tìm thấy trong những ngày lẩn quất ở đây để đợi gặp cô. Nó đã dọn dẹp hang sạch sẽ, lót một ít lá và cỏ khô và rất may mưa không tạt vào được.

Cô bé nhắm mắt run lẩy bẩy vì lạnh và người bị sây sát một vài nơi khi chạy té trên sườn đồi. Thằng lai hốt hoảng, bối rối chưa biết phải làm gì vì cả hai đứa đều ướt sũng. Nó chợt nghĩ ra và cởi vội chiếc áo sơ mi đang mặc, vắt hết nước rồi lau mặt, lau tóc cho cô. Cô bé vẫn run lập cập vì quần áo ướt. Nó ngần ngại một chút rồi nói.

THẰNG LAI

Anh cởi quần áo lau khô người cho em được không? Em bị ướt sẽ không chịu nổi và cảm lạnh thôi.

Cô bé yếu ớt gật đầu. Nó cởi quần áo cho cô, vắt hết nước, nhẹ nhàng lau khô người cô rồi dùng tay chà sát thật mạnh cho người cô nóng lên. Khi cô đã đỡ lạnh, nó cũng tự làm cho mình như thế rồi đem quần áo hai đứa giăng móc ngoài miệng hang để chóng khô và che bớt gió.

Thằng lai ngồi tựa vào vách đá, ôm chặt cô vào lòng để sưởi ấm cho cô. Mới đầu khi chà sát cho cô bé, nó chỉ nghĩ đến việc làm cho cô bớt lạnh nhưng khi cô đã nóng dần lên, sự tiếp xúc của bàn tay nó với thân thể cô bé đã làm nó rạo rực. Chao ôi, da cô mềm mại và trắng làm sao. Đôi vú mới nhú nhỏ nhắn nhưng tròn trĩnh đỏ hồng lên dưới đôi bàn tay đen to lớn không dám thô bạo của nó. Cô đã là một cô gái dậy thì, căng đầy sức sống, gần như hoàn toàn khỏa thân nằm gọn trong lòng nó. Nó nhẹ nhàng run rẩy hôn lên trán, lên mắt, lên môi, lên cổ, lên bờ vai đầy đặn của cô.

Hai đứa ôm nhau rất lâu hầu như không nói năng gì ngoài thỉnh thoảng hỏi nhau đã đỡ lạnh chưa. Những gì cần nói với nhau chúng đã nói hết. Bây giờ chúng chỉ cần ở bên nhau, lắng nghe hơi thở, nhịp đập con tim của nhau và thịt da khăng khít.

Chợt thằng lai nói giọng run run.

> THẰNG LAI
>
> Em... Em có muốn... cho anh không?

Cô bé lẳng lặng gật đầu

> THẰNG LAI
>
> Em có sợ không?

Cô bé nhè nhẹ lắc đầu.

> THẰNG LAI
>
> Lỡ... lỡ em có thai thì sao?

> CÔ GÁI
>
> Em sẽ sinh và nuôi nó. Anh đi rồi em sẽ cô đơn và nhớ anh lắm. Nếu em có một đứa con của chúng ta, em sẽ bớt buồn hơn. Nó là hình ảnh, máu thịt của anh. Nó sẽ luôn ở bên cạnh để an ủi em như anh đối với mẹ của anh vậy.

Thằng lai và chính cô bé cũng ngạc nhiên khi nghe cô nói một thôi dài. Thằng lai sung sướng đến lặng người. Nó ấp úng.

> THẰNG LAI
>
> Em không sợ khổ... và thiệt thòi sao?

> CÔ GÁI
>
> Không... Vì yêu anh, em có thể làm tất cả.

Cô bé dụi mặt vào bộ ngực đen to rộng và mạnh khỏe của thằng lai. Nó từ từ ngả mình xuống nền cỏ và kéo cô bé nằm bên cạnh, hôn lên môi cô một cách nồng nàn đắm đuối.

Bên ngoài trời vẫn mưa to và gió cuồng bạo vật vã gào rú trên đám cây rừng. Trong hang đá, hai kẻ yêu nhau đi đến tận cùng chia sẻ, cả thân xác, máu thịt và linh hồn. Họ mải mê chìm đắm, ngụp lặn, quằn quại, bấu víu, nổi trôi trên những đợt sóng trào yêu đương và cảm xúc. Họ không nghĩ gì, không cần gì nữa. Tất cả mọi lo âu, suy tính, khó khăn, trắc trở đều trôi giạt ra bên ngoài. Chiếc hang đá bé nhỏ trần trụi mờ tối này đã trở nên thiên đường, trong đó màu da trắng và đen, thơ ngây và dục vọng, tình yêu và khoái lạc, hiến dâng và chiếm đoạt đã hòa quyện thành men rượu mạnh kỳ bí làm hai kẻ yêu nhau uống vào bốc cháy thành lửa. Ngọn lửa đó bập bùng soi sáng hang đá, soi sáng cuộc đời, soi sáng cả bầu trời và mặt đất trong cơn mưa gió bão bùng.

NĂM NĂM SAU

64. NHÀ CÔ GÁI – NỘI – TRƯA

Một đám cưới nhỏ và đơn sơ được tổ chức trong ngôi nhà tồi tàn ở cuối nghĩa trang vắng vẻ nhưng được nhiều người trong thị xã xôn xao bàn tán.

Chú rể là một chàng thanh niên lai Mỹ đen cao lớn, tóc xoăn, đôi mắt to sáng ngời với hàng mi dài dịu dàng. Anh mặc bộ đồ vét màu trắng, sơ mi trắng, thắt cà vạt đỏ càng làm nổi bật làn da đen trên tay, trên mặt anh.

Cô dâu là một thiếu nữ tuổi hai mươi nhưng có nét thiếu phụ với một sức quyến rũ mê hồn. Cô trang điểm sơ sài nhưng làn tóc đen dài óng ả, đôi mắt ướt long lanh và đôi môi hồng gợi cảm làm cho khuôn mặt trái xoan trắng ngần của cô trở nên yêu kiều tuyệt mỹ.

Một chú bé lai đen nhỏ xíu, chừng bốn, năm tuổi, mặc bộ đồ tây màu xanh nước biển, đi giày thể thao trắng, nhảy nhót đùa giỡn, đòi xin một món gì đó rồi cả ba cùng phá lên cười.

Đó là đám cưới muộn nhưng đã được thực hiện đúng như lời thề hứa năm năm trước. Dự đám cưới chỉ có gia đình cô dâu, mẹ chú rể, vài người lớn bạn bè thân của hai gia đình và đặc biệt có cả hai người công an năm nào mà chú rể đã đề nghị hai gia đình cho mời.

65. NGHĨA TRANG – NGOẠI – CHIỀU

Làm lễ gia tiên xong, sau khi nhận lời chúc mừng và mời mọi người ăn uống trò chuyện, cô dâu, chú rể xin phép đưa con ra ngoài một lát. Họ dắt con đến nghĩa trang, thắp nhang trên ngôi mộ lớn và những ngôi mộ chung quanh rồi ngồi xuống chỗ năm xưa.

Cô gái ngắt một bông hoa vàng nhỏ xíu nở bên khe đá đưa cho chàng trai.

> CÔ GÁI
>
> Anh biết không, đây là đóa hoa năm xưa vẫn nở mỗi lần chúng ta ra đây trò chuyện. Khi anh đi rồi, chúng vẫn tiếp tục nở. Lúc hoa khô, chúng trở thành một túm bông nhỏ với những sợi li ti bung ra bay lên theo gió. Bông hoa này chính là em đó. Em gọi là hoa bay.

Chàng trai cầm lấy bông hoa đưa lên môi hôn rồi cài lên tóc cô gái.

> CHÀNG TRAI (THẰNG LAI NĂM XƯA)
>
> Anh biết. Ở bên đó anh vẫn bắt được những sợi tơ hoa mong manh từ đây bay sang nên anh biết em vẫn chờ anh. Cả bông hoa nhỏ xíu xiu này nữa, phải không?

Chàng trai quàng tay ôm hai mẹ con vào lòng và cả ba cùng mỉm cười sung sướng

66. ĐỒI CỎ – NGOẠI – CHIỀU

Ngồi một lát, hai người dắt con đi vòng sau nhà ra phía đồi cỏ. Đồi cỏ hoang vẫn như xưa, xác xơ và cô tịch trong nắng chiều nhưng đối với họ xiết bao thân thiết. Chàng trai bế con lên, chỉ tay về phía chân núi nói với cô gái.

> **CHÀNG TRAI**
>
> Em còn nhớ hang đá trong kia không? Nơi đó chính là phòng tân hôn của chúng ta năm năm trước. Chúng ta đã thực sự thuộc về nhau và gắn bó với nhau từ đó. Hang đá bé nhỏ tối tăm kia chính là thiên đường, là thánh địa riêng của chúng ta. Những ngày tháng ở bên Mỹ, anh luôn hoài nhớ về nó và lần chúng ta bên nhau hôm ấy luôn sống động mới mẻ như vừa mới xảy ra. Ngày mai chúng ta sẽ đi thăm nơi đó. Em đồng ý không?

Chú bé lắc lắc tay bố.

> **CHÚ BÉ**
>
> Ngày mai con cũng đi nữa. Bố mẹ cho con cùng đi nhe.

Người mẹ bẹo vào má con.

> **CÔ GÁI**
>
> Nhất định rồi. Đó chính là nơi con bắt đầu có mặt trên cuộc đời này. Không phải mẹ đã từng nói với con như thế sao?

Chú bé vỗ tay.

CHÚ BÉ

Phải. Mẹ đã nói rồi. Con đã sinh ra nơi đó.

Chàng trai kéo vợ sát vào mình, giọng anh đầy xúc cảm.

CHÀNG TRAI

Không phải chỉ mình con mà cả bố mẹ, cả ba chúng ta đều sinh ra từ nơi đó. Nơi đó chỉ có yêu thương, không có hận thù. Chính từ đó, ba chúng ta đã vượt qua tất cả để có ngày hôm nay.

Ba người lặng nhìn về hướng núi. Bóng họ trên đồi cỏ lồng lộng mênh mông giữa trời chiều.

ĐOẠN KẾT

67. NHÀ CÔ GÁI – NỘI – CHIỀU

Người đàn ông gầy gò gục đầu xuống bàn hồi lâu từ từ ngẩng lên. Ông đã già, râu tóc bạc trắng. Hoạt cảnh tràn đầy hạnh phúc trên đây chỉ diễn ra trong đầu ông như một giấc mơ, hằng ngày được lặp đi lặp lại đến nỗi ông tưởng như có thực.

Thực tế, đứa con gái của ông đang ngồi trước mặt. Nó không còn là cô bé xinh đẹp năm nào mà đã trở thành như một bà già, đầu tóc bù rối, quần áo nhăn nheo bẩn thỉu và đôi mắt lạc thần.

Mỗi buổi chiều, lúc hoàng hôn xuống, hai cha con đều ngồi ngóng về phía ngọn núi ngoài xa rồi lại quay nhìn về nghĩa địa phía sau. Ông có giấc mơ của ông nhưng không biết con nghĩ gì vì nó đã mất trí, chỉ thờ thẫn nhìn vào hư vô và miệng lẩm bẩm những điều vô nghĩa.

Đôi khi ông tự hỏi không biết ông và con ai đau khổ hơn. Nơi cuối hai hướng nhìn, ngọn núi và nghĩa trang đều không cứu được họ khỏi cơn khốn cùng. Phải chăng khi cuộc sống đầy dẫy hận thù và dối trá, biết đâu mất trí lại là điều hạnh phúc.

Nhưng kìa, bỗng có tiếng xôn xao ngoài cổng. Ông và đứa con gái nhìn ra, sững sờ, mắt mở lớn, miệng há hốc, cùng đứng bật dậy.

Chính là thằng lai đã trở về. Nó cao lớn hơn xưa, mặc bộ đồ vét trắng, cà vạt đỏ, giơ hai tay chạy ùa vào.

Mơ hay thực? Thực hay mơ? Không ai còn biết đây là mơ hay thực. Ráng chiều lóe lên trên nghĩa trang đã bắt đầu âm u.

Liên lạc Tác giả
Tiêu Dao Bảo Cự
tieudaobaocu@gmail.com

Liên lạc Nhà xuất bản
Nhân Ảnh
han.le3359@gmail.com
(408) 722-5626

www.ingramcontent.com/pod-product-compliance
Lightning Source LLC
Chambersburg PA
CBHW071859070526
44583CB00016B/1757